இது முத்துலிங்கத்தின் நேரம்

இது முத்துலிங்கத்தின் நேரம்
மு. இராமநாதன் (பி. 1959)

உலக அரசியல், சமூகம், பண்பாடு, மதம், கலை – இலக்கியம், பொறியியல் முதலான பொருள்களில் எழுதிவருகிறார்.

இராமநாதன் ஹாங்காங்கின் பதிவுபெற்ற பொறியாளராகவும் பிரிட்டனின் சார்டர்ட் பொறியாளராகவும் பட்டம் பெற்றவர். இந்தியா, ஹாங்காங், சவுதி அரேபியா முதலான நாடுகளில் பல்வேறு உள்கட்டமைப்புத் திட்டங்களில் பணியாற்றியிருக்கிறார். இவரது பொறியியல் கட்டுரைகள் பன்னாட்டு ஆய்விதழ்களில் வெளியாகியுள்ளன.

சொந்த ஊர்: சிவகங்கை மாவட்டம், அரியக்குடி.

பெற்றோர்: முத்துக்கருப்பன் – அழகம்மை.

மனைவி: அலமேலு.

மகள்: கவிதா, வழக்குரைஞர்.

மகன்: குமார், அரசியல் விஞ்ஞானி.

மின்னஞ்சல்: Mu.Ramanathan@gmail.com

மு. இராமனாதனின் பிற காலச்சுவடு வெளியீடுகள்

- எனது பர்மா குறிப்புகள் (2009)
- கிழக்கும் மேற்கும் (2022)

மு. இராமனாதன்

இது முத்துலிங்கத்தின் நேரம்
அ. முத்துலிங்கத்தின் படைப்புகள் பற்றிய கட்டுரைகள்

காலச்சுவடு பதிப்பகம்

● அன்பார்ந்த வாசகருக்கு,

வணக்கம்.

காலச்சுவடு நூலை வாங்கியமைக்கு நன்றி.

நூலின் உள்ளடக்கம், உருவாக்கம், அட்டைப்படம் இன்ன பிற அம்சங்கள் பற்றிய உங்கள் கருத்துகளையும் ஆலோசனைகளையும் காலச்சுவடு வரவேற்கிறது. தகவல், எழுத்து, வாக்கியப் பிழைகள் தென்பட்டால் கட்டாயம் தெரிவித்து உதவுங்கள். நூல் தயாரிப்பில் கடும் குறைபாடு இருப்பின் மாற்றுப் பிரதி உங்களுக்குக் கிடைக்கக் காலச்சுவடு ஏற்பாடு செய்யும்.

மின்னஞ்சல்: **publisher@kalachuvadu.com**

காலச்சுவடு நாகர்கோவில் அலுவலகத்திற்குக் கடிதம் அனுப்பலாம்.

தங்கள்
எஸ்.ஆர். சுந்தரம் (கண்ணன்)
பதிப்பாளர் — நிர்வாக இயக்குநர்

இது முத்துலிங்கத்தின் நேரம்: அ. முத்துலிங்கத்தின் படைப்புகள் பற்றிய கட்டுரைகள் ◆ மு. இராமனாதன் ◆ © மு. இராமனாதன் ◆ முதல் பதிப்பு: ஜூலை 2023 ◆ வெளியீடு: காலச்சுவடு பப்ளிகேஷன்ஸ் (பி) லிட்., 669, கே.பி. சாலை, நாகர்கோவில் 629001

காலச்சுவடு பதிப்பக வெளியீடு: 1200

itu muttulinkattin neeram: Essays on A. Muttulingam's writings ◆ Mu. Ramanathan ◆ © Mu. Ramanathan ◆ Language: Tamil ◆ First Edition: July 2023 ◆ Size: Demy 1 x 8 ◆ Paper: 18.6 kg maplitho ◆ Pages: 120

Published by Kalachuvadu Publications Pvt. Ltd., 669 K.P. Road, Nagercoil 629001, India ◆ Phone: 91-4652-278525 ◆ e-mail: publications @kalachuvadu.com ◆ Printed at Clicto Print, Jaleel Towers, 42 KB Dasan Road, Teynampet Chennai 600018

ISBN: 978-81-19034-27-7

07/2023/S.No.1200, kcp 4453, 18.6 (1) rss

கவிதா, குமார்
இருவருக்கும்

நன்றியறிதல்

காலச்சுவடு (சுகுமாரன், அரவிந்தன்)
கணையாழி (ம. ராஜேந்திரன்)
காலம் (செல்வம்)
வார்த்தை (பி.கே. சிவகுமார்)
புதிய பார்வை (மணா)
திண்ணை.காம் (கோ. ராஜாராம்)
அருஞ்சொல்.காம் (சமஸ்)
புக்டே.இன் (க. நாகராஜன்)
சொல்வனம்.காம் (மைத்ரேயன்)

பொருளடக்கம்

	அணிந்துரை	11
	முன்னுரை: திசை அறிந்த குஞ்சுகள்	17
1.	முத்துலிங்கத்தின் வெளி	27
2.	முத்துலிங்கத்துடன் ஒரு பயணம்	37
	கரும்பும் கூலியும்	38
	உக்கோவின் தெரிவுகள்	38
	மூன்று உலகங்கள்	42
	இயல் விருது	42
	தமிழ் இருக்கை	43
	பழுப்பு இனிப்பு	44
3.	முத்துலிங்கத்தின் காலப்பிழை	46
	கண்ணுக்குத் தெரியாத சர்வதேசத் தேதிக் கோடு	47
	நாட்டுக்கு நாடு மாறுது காலம்	47
	காணாமல்போன சனிக்கிழமை	48
	காலத்தால் வாங்கிய கடன்	49
4.	புலம் பெயர்ந்தவர்களின் அடையாளம்	52
5.	பார்வைக் கோணம்	57
6.	சாளரத்துக்கு வெளியே	63
7.	எல்லையைக் கொஞ்சம் நீட்டுவது	72
8.	இரு வழிப் பாதை	82
9.	இங்கே இப்ப நல்ல நேரம்	90

10. முத்துலிங்கத்தின் மூன்று உலகங்கள்	98
மூன்று உலகங்கள்	99
அம்மாவின் பாவாடை	102
தொடக்கம்	105
நாளை	109
புனைவு மொழிக் கட்டுரைகள்	110
11. கடவுளிடம் போக முடியாதவர்களின் கதைகள்	115

அணிந்துரை

முத்துலிங்கத்தின் படைப்புலகிற்கு இராமநாதனின் வரைபடங்கள்

இராமநாதனும் நானும் இருபது ஆண்டு களுக்கும் முந்தைய எங்களது ஹாங்காங் நாட்களில் மட்டும் என்றில்லாமல், இப்போது போன் எடுத்தாலும் ஒன்றிலிருந்து இரண்டு மணிநேரம் பேசுவோம். என்ன வரப்போகிறது என்று தெரிகிற நெடுஞ்சாலைப் பேச்சுக்கள் அல்ல இவை. ஒரு மலைப்பயணத்தின் அடுத்த திருப்பத்தில் காத்திருக்கும் காட்சியழகு பற்றிய ஆர்வத்தில் நகர்பவை. அதில் பல உரையாடல்கள் முத்துலிங்கம் படைப்புகள் பற்றி இருந்திருக்கின்றன. "நீங்க அ. முத்துலிங்கம் படிப்பீங்களா?", "படிக்காமலா?" என்று துவங்கியது இது பற்றிய உரையாடல்.

நான் திரைப்பட இயக்குநர்களைப் பார்ப்பேன். அதாவது அவர்களின் முதல் படத்திலிருந்து அண்மை யில் எடுத்த படம்வரை தேடிப்பிடித்துப் பார்ப்பேன். இப்படி ஒரு சில உலகத் திரைப்பட இயக்குநர்களின் படங்களைப் பார்த்து முடித்திருக்கிறேன். ஆனால், ஒரு எழுத்தாளரைப் படிப்பது என்கிற வழக்கம் இன்னமும் இல்லை. ஓரிரு நூல்கள் படிப்பதும் பிறகு வேறொரு எழுத்தாளருக்குத் தாவுவதும் பிறகு தோன்றும்போது மீண்டும் இவரிடம் வருவதும் பிடிக்காத நூல்களைப் பாதியில் விட்டுவிடுவதும் என்றுதான் எனக்கும் எழுத்தாளர்களுக்குமான உறவு இருக்கிறது.

ஆனால், இராமநாதன் முத்துலிங்கத்தைப் படித்திருக்கிறார். அவரது கதைகள் மட்டும் என்றில்லாமல், கட்டுரைகள், பேட்டிகள், மதிப்புரைகள், பேட்டிகளைப் பற்றிய கட்டுரைகள் என்று அவரது படைப்புலகை வலம் வந்திருக்கிறார். முத்துலிங்கம் படைப்பு களைப் பற்றி மற்றவர்கள் என்ன சொல்லியிருக்கிறார்கள் என்பதை யும் படித்திருக்கிறார். பாவண்ணன் முத்துலிங்கத்தின் 'அக்கா' கதை பற்றி என்ன சொன்னார் என்பதைச் சுட்டிப் பேசுகிறார்.

முத்துலிங்கம் பற்றிய இராமநாதனின் எழுத்துகளைப் படிக்கும் வாய்ப்பு முதலிலிருந்தே எனக்குக் கிடைத்தது. எந்தக் கதையைப் பற்றி என்று எனக்கு மறந்துபோனாலும், ஆரம்ப காலத்தில் "இல்ல இராமநாதன், எனக்கு அந்த அளவுக்கு இந்தக் கதை நெருங்கவில்லை" என்று ஒரு தொலைபேசி உரையாடல் முடிந்த நினைவு இருக்கிறது. இந்த நூலில் உள்ள பெரும்பாலான கட்டுரைகளை அவை வெளிவந்த காலங்களில் விட்டுவிட்டுப் படித்திருக்கிறேன் என்றாலும், இப்படி ஒன்றுசேரப் படிப்பது தனி அனுபவமாக இருக்கிறது. முத்துலிங்கம் எனும் எழுத்தாளரின் வளர்ச்சியை இந்தக் கட்டுரையில் பார்க்க முடியாது. ஏனெனில் ஒரு படைப்புலகத்தின் முழுமையான எல்லைகளை உள்வாங்கிக் கொண்டு இராமநாதன் இதில் இறங்கியிருக்கிறார். ஆனால், இராமநாதன் எனும் வாசகர் இந்தப் படைப்புலகத்தில் வலம்வரும் காலங்களில் சற்றே தூரத்திலிருந்து பார்த்தவன் என்கிற அளவில் இந்த வாசகரின் நுணுக்கம் கூடுவதை இந்தக் கட்டுரைகளில் நான் பார்க்கிறேன். எங்கள் உரையாடல்களிலும் உணர்ந்திருக்கிறேன்.

அந்த நுணுக்கம் வலிந்து திருகிப் பெறப்பட்டது அல்ல. இராமநாதனுக்குள் ஊறி வெளிப்படுவது. பேச்சில் திருக்குறள் மாதிரி "முத்துலிங்கம் ஒரு கதையில் சொல்லுவாரே" என்று இராமநாதன் சொல்லுவது இயல்பான விஷயமாகிவிட்டது. இவரது பல கட்டுரைகளிலும் உரைகளிலும் முத்துலிங்கம் வருவார். என்னுடைய நூல் வெளியீட்டு விழாவில் பேசும்போதும் நாங்கள் ஹாங்காங்கில் நாடகம் நடத்திய விஷயத்தைச் சொல்ல, முத்துலிங்கம் ஒரு நாடக இயக்குநரைப் பேட்டிகண்டதைச் சொல்லி நிறுவினார்.

இது வழக்கமாக ஆனதற்கு முத்துலிங்கத்தின் படைப்புலகை யும் முத்துலிங்கம் என்னும் படைப்பாளியையும் அவர் புரிந்து கொண்ட ஆழம்தான் காரணம். பொதுவான வாசகர்கள் முத்துலிங்கம் சொல்லும் விஷயங்களைக் கவனிக்கும்போது, இராமநாதன் விஷயத்தைச் சொல்லும் முத்துலிங்கத்தைக் கவனிக்கிறார். இந்த அசைவு உறுத்தாமல் நீளுகிறது. எடுத்துக்

காட்டாக, இந்த இரண்டு பத்திகளில் முதலாவது முத்துலிங்கத்தின் கட்டுரையில் வருவது. இரண்டாவது பத்தியில் இராமநாதனின் வரிகள்.

“. . . போட்டிகளில் பங்குபற்றுகிறார்கள். எதற்காக இதைச் செய்கிறார்கள்? மனித உடம்பை அறிவதுதான் நோக்கம். உடம்பின் எல்லையைக் கண்டுபிடிப்பது. அதைச் சிறிது நீட்டுவது. இதுவும் ஒரு சேவைதான். அடுத்தவருக்கு.”

“இவர்கள் செய்ததெல்லாம் படைப்பு மொழியின் எல்லையைக் கொஞ்சம் நீட்டியது. முத்துலிங்கமும் இந்த வரிசையில் சேர்கிறார். இவரது நேர்காணல்களின் பொருள் புதிது, சொல் புதிது, வடிவம் புதிது. முத்துலிங்கம் நேர்காணலை இலக்கியமாக்குகிறார். தமிழின் எல்லையைக் கொஞ்சம் நீட்டுகிறார்.”

நாங்கள் இடையில் ஒருமுறை பேசியபோது, முத்துலிங்கத்தின் படைப்புகளில் சிறந்ததாக ‘மகாராஜாவின் ரயில் வண்டி’ நூலைச் சொன்னபோது இருதரப்பிலும் கருத்தொருமிப்பு இருந்தது.

ஆனால், இராமநாதன் முத்துலிங்கத்தின் படைப்புலகத்தில் தொடர்ந்து புதையல்களைச் சேமித்துக்கொண்டிருந்தார்.

முத்துலிங்கத்தின் நேர்காணல் கட்டுரைகள் எப்படி இயங்குகின்றன, அவரது வசனங்கள் என்ன செய்கின்றன, அவர் வெவ்வேறு பண்பாட்டுச் சட்டகங்களை நமக்குத் தெரிந்த தெரியாத பாத்திரங்களின் வாழ்க்கைப் பாதையில் எப்படிப் பொருத்தி விலக்கித் தனது படைப்புகளை நகர்த்துகிறார் என்றெல்லாம் இராமநாதன் கவனிக்கிறார். முத்துலிங்கத்தின் எழுத்தில் சொல்லப்படாது விடப்பட்டிருக்கும் வரிகளைப் படைப்பின் லயத்திலிருந்து தேடி எடுக்கிறார். நமக்கும் தருகிறார்.

வரைபடங்கள் தரும் ஆசுவாசம் அலாதியானது. அவை பல புள்ளிகளை இணைத்து ஒரு உயரத்திலிருந்து பார்க்கவைத்து நம் பயணத்தைப் பதபதைப்பில்லாமல் ரசிக்கவும் உதவுகின்றன. சென்று வந்த ஊரின் வரைபடத்தைப் பார்த்து வருகிற புரிதல் எவ்வகையிலும் குறைந்ததல்ல. ஆனால், வரைபடங்களின் தெளிவு எளிதில் கிடைப்பதில்லை. அதன் பின் பல நள்ளிரவுத் தீப ஒளி உழைப்புகள் மறைந்திருக்கின்றன. ஆங்கிலத்தில், *The map is not the territory* என்று ஒரு சொலவடை உண்டு. அது உண்மை என்றாலும் வரைபடங்களின் மதிப்பு அதனால் குறைவதில்லை.

ஒரு கட்டுரையில் முத்துலிங்கத்தின் கதைகளின் தளத்தை இராமநாதன் அணுகுகிறார். ‘முத்துலிங்கத்தின் படைப்புக்களையும்

மூன்றாகப் பிரித்துக்கொள்ளலாம் என்று நினைக்கிறேன். இப்படிப் பிரித்துக்கொள்ள வேண்டும் என்று அவர் சொல்லவில்லை. அவர் பாவம் தொடர்ந்து எழுதிக்கொண்டு இருக்கிறார். எதையும் நமக்கு வேண்டிய மாதிரிப் பிரித்துக்கொள்வது நமக்குத் தோதானது' என்கிறார். பிறகு இந்த மூன்று பிரிவுகளை முன்வைக்கிறார்:

தெரிந்த வாழ்வு, தெரிந்த இடம். வேறு காலம்.

தெரிந்த வாழ்வு, தெரியாத இடம்.

தெரியாத வாழ்வு, தெரியாத இடம்.

இருட்டியபோது விளக்குப் போட்டதுபோல இருக்கிறது.

முத்துலிங்கத்தின் கதைகளில் உலகம் உருண்டையாக இருக்கும். காரணம், பார்வையின் வெளி அகலம். அதனால், அந்த உலகத்தில் காலையும் மாலையும் பகலும் இரவும் வெள்ளிக்கிழமையும் சனிக்கிழமையும் எங்கிருந்து யாரைப் பார்க்கிறோம் என்பதைப் பொறுத்திருக்கும். முத்துலிங்கத்தின் உலகத்தில் "மணி என்ன?" என்பது ஏன், எப்படி ஆழமான கேள்வியாகிவிடுகிறது என்பதை இராமநாதன் வரைபடுத்தியிருக்கிறார்.

படைப்புகளின் பேசுபொருள் போக, முத்துலிங்கத்தின் மொழியையும் அது செயல்படும் வகையையும் அணுக்கமாக்குகிறார் இராமநாதன்.

'படைப்பிலக்கியத்தின் வடிவத்தையும் மொழியையும் கையிலெடுத்துக்கொண்டு அவர் கட்டுரைகளை எதிர்கொள்கிறார். அப்போது அவரது பேனா நுனியில் கட்டுரையும் கதையும் ஒன்றின் மீது மற்றொன்று கவிகின்றன. இந்த இரண்டுக்கும் இடையிலான முத்துலிங்கத்தின் வெளி உருவாகிறது. இந்த வெளியில் கதைகளின் சுவாரஸ்யம் இருக்கிறது. ஆனால் கதைகளின் புனைவுத் தன்மை இல்லை. மாறாகக் கட்டுரைகளின் நம்பகத் தன்மை இருக்கிறது. அதே வேளையில் கட்டுரைகளின் இறுக்கம் இல்லை. தமிழில் அதிகம் பேர் பிரவேசித்திராத வெளியிது.'

ஆனால், இதில் எதுவுமே முத்துலிங்கத்தின் மூல எழுத்தை நீர்த்துப்போகச்செய்யவோ, எளிமைப்படுத்தவோ இல்லை. ஏனென்றால், இராமநாதன் நமக்குத் தருவது முத்துலிங்கத்தின் படைப்புலகம் பற்றிய குறிப்புகள் அல்ல, தெளிவு.

தெளிவு ஒரு பெரும் சக்தி. முத்துலிங்கம் எனும் படைப்பாளியை நாம் அணுக இராமநாதன் நமக்குத் தரும் முதன்மையான கருவியும் உதவியும் அதுதான். இதோ பாருங்கள் என்றெல்லாம் கூவாமல் நம் புரிதலை மேம்படுத்துகிறார். நாம் கண்ணாடியைப்

போட்டுக்கொண்டே கண்ணாடியைத் தேடும் தருணத்தில் பக்கத்தில் இருக்கும் யாராவது, "நீங்கதான் போட்டுக்கிட்டு இருக்கீங்களே?" என்பார்கள். அப்போது அது சட்டென ஒரே நேரத்தில் வியப்பாகவும் ஆசுவாசமாகவும் மகிழ்வாகவும் இருக்கும். இராமநாதன் முத்துலிங்கத்தின் படைப்புகளைப் பற்றி நமக்குச் சொல்வதும் அப்படித்தான் உணரவைக்கிறது.

ஒருவகையில் இராமநாதன் அறிமுகம் செய்துவைக்கும் தொனியுடனே இந்த நூல் முழுதும் நம்முடன் நடக்கிறார். அதையும் மீறி, நாம் இராமநாதனை உற்றுக் கவனிக்க நிறைய வாய்ப்புகள் கிடைக்கின்றன. அதில் சில:

முத்துலிங்கத்தின் எழுத்தின் நகைச்சுவையை ரசிப்பவர்களுக்கு இராமநாதன் எழுத்தின் நகைச்சுவை உடனடியாகப் பிடிபடும். இல்லாவிடில் அதைத் தவறவிட வாய்ப்பு உண்டு. எடுத்துக்காட்டாக, 'இங்கே இப்ப நல்ல நேரம்' கட்டுரையில் தன் வீட்டில் நடந்த குடும்பப் பொதுக்கூட்டம் ஒன்றைப் பற்றி இராமநாதன் இப்படி விவரிக்கிறார்:

'இந்தத் தீப்பெட்டி வீடுகளில் ஒரு சதுர அடிபோலும் வீணாக்காமல் பயன்படுத்துவதில் ஹாங்காங் மக்கள் வல்லுநர்கள். ஆயினும் நாங்கள் குடியேறிய வீட்டில் படுக்கைக்கு இரண்டு பக்கமும் நீளவாக்கில் இடமிருந்தது. இதில் ஒரு பக்கம் பொருத்துவதற்கு ஏற்ற புத்தக ஷெல்ஃப் ஒன்றைக் குறைந்த விலையில் வாங்கியிருந்தேன். நான் குச்சு வீட்டிற்குள் சாமான்களை வைத்து அடைப்பதாக மனைவி எதிர்ப்புத் தெரிவித்திருந்தார். கட்டுரையை வாசித்தபோது நான் இதை மறந்துபோயிருந்தேன். மனைவி நினைவுவைத்திருந்தார். முத்துலிங்கத்தின் குரலில் ஒளிந்துகொண்டு மனைவியைக் கிண்டல் செய்வதுதான் என் நோக்கம் என்று குற்றம் சாட்டினார். புத்தகங்களை அடுக்குவதற்குக் கட்டுரையில் முக்கிய நோக்கமிருக்கிறது, அது கட்டுரையை முழுமையாக வாசித்தால் புரிபடும் என்று நான் சொன்னதை அவர் நிர்த்தாட்சண்யமாக மறுதலித்தார். வாசிப்புப் படலம் எப்போதைக்குமாக நின்றுபோனது. நாளிதழ்க் கட்டுரை தரும் யோசனைகளிலிருந்தெல்லாம் குழந்தை வளர்ப்பு சாத்தியமில்லை என்பது மற்றுமொரு முறை நிரூபணமானது.'

இதில், 'நான் இதை மறந்துபோயிருந்தேன். மனைவி நினைவு வைத்திருந்தார்,' போன்ற வரிகளில் இடையில் ஒரு 'ஆனால்'கூடப் போடாமல் வருவது எதிர் ரயில் ஜன்னலில் புன்முறுவல் செய்ய நினைக்கும் ஒரு முகம் மறைந்துவிடுவது போன்ற ஒரு நகைச்சுவையின் சாத்திய ரேகை மட்டுமே. இது முத்துலிங்கத்தின் ரயிலில் தெரியும் முகங்களைப் போன்றதுதான்.

இராமநாதனின் ஆழ்ந்த வாசிப்பும் மேடைப் பேச்சு ஒழுக்கமும் அவர் சொற்களுக்கிடையே இசைவைக் கூட்டுகின்றன. எடுத்துக்காட்டாக, இந்த வரிகளைப் பாருங்கள்:

'கதைசொல்லியின் போதாமை, எழுதப்பட்ட வரிகளுக்கிடையில் எழுதப்படாமல் பொதிந்து வைக்கப்பட்டிருக்கிறது. உணவிற்குள் இருக்கும் உப்பைப் போலக் கரைந்துபோயிருக்கிறது. அது கதையின் மேல் பரப்பிலோ உள்பரப்பிலோ காணக் கிடைப்பதில்லை. அதன் சுவையுணரும் வாசகருக்கு ஓர் இலக்கிய அனுபவம் வாய்க்கிறது.'

இதில் போதாமை–பொதிந்து, உணவு– உப்பு–சுவையுணரும் என்று சொற்களை நிரவுகிறார். இராமநாதம்.

இராமநாதனின் உரைகளைக் கேட்கும்போது விஞ்சி நிற்பது கருத்தா வெளிப்பாடா என்று பட்டிமன்றம் வைக்கிறது என் மனது. 'முத்துலிங்கத்துடன் ஒரு பயணம்' கட்டுரையில் அவர் எழுதியிருப்பதைப் போல, தில்லியில் நாங்கள் துவங்கி நடத்திய தில்லிகை இலக்கியக் கூட்டத்திற்கு அவர் வந்து முத்துலிங்கத்தின் படைப்புகளைப் பற்றி உரையாடினார். அப்போது நல்ல கதைகளின் கூறுகளாக அவர் தெளிவாக அடையாளம் கண்டவை தனியே கவனம் பெறத்தக்கவை என்று பட்டது.

முத்துலிங்கத்தின் எழுத்தும் இராமநாதனின் எழுத்தும் என்றும் ஒரு கட்டுரை வர வாய்ப்பிருக்கிறது. முத்துலிங்கம் எனும் பொருண்மை தவிரவும் இராமநாதன் பல விஷயங்களைப் பற்றியும் கட்டுரைகளை எழுதிவருகிறார். இராமநாதனின் படைப்புகள் என்று யாரேனும் ஒரு அலசல் கட்டுரை எழுதும் காலமும் வெகுதூரத்தில் இல்லை.

வாழ்த்துகள், முத்துலிங்கம் அவர்களுக்கும் இராமநாதனுக்கும் வாசகர்களுக்கும்.

புது தில்லி   பயணி தரன்
24 நவம்பர் 2022

முன்னுரை

திசை அறிந்த குஞ்சுகள்

நான் முதன் முதலாகப் படித்த அ. முத்துலிங்கத்தின் படைப்பு எது என்பது சரியாக நினைவில் இல்லை. அநேகமாக அது 'விசா' எனும் சிறுகதையாக இருக்கலாம். இந்தியா டுடே இதழில் வெளியானது. ஆண்டு 1997. அந்தக் கதையை ஆண்டின் சிறந்த சிறுகதையாகத் தெரிவு செய்தது 'இலக்கியச் சிந்தனை'. அதில் எனக்கு எந்த வியப்பும் இல்லை. ஆனாலும் முத்துலிங்கத்தின் மேதைமையை அறிந்து கொண்டு அவரை அணுக்கமாகத் தொடர்வதற்கு மேலும் சில ஆண்டுகளாகின.

முத்துலிங்கத்தின் நூல்களில் நான் முதலில் வாசித்தது 'மகாராஜாவின் ரயில் வண்டி' (காலச்சுவடு, 2001) சிறுகதைத் தொகுப்பு. நான் அறிந்துவைத்திருந்த சிறுகதைகளின் எல்லைகளை எல்லாம் அதில் அவர் தாண்டிக் குதித்திருந்தார். அதைத் தொடர்ந்து, மகாராஜாவுக்கு முன்பு அவர் எழுதிய படைப்புகளைத் தேடிப் படித்தேன். அதற்குப் பிறகு அவர் எழுதிய படைப்புகளையும் தொடரலானேன். அவற்றில் சில நான் வாசிக்கும் இதழ்களில் வெளியாகின. சில நான் அறிந்திராத இதழ்களில் வெளிவந்தன. இன்னும் சில நான் அறிந்த, ஆனால் தொடர்ந்து வாசிக்காத இதழ்களிலும் இடம்பெற்றன. எதில் வந்தாலும் அவற்றைத் தேடிப் படித்தேன். ஒரு கட்டத்தில் அந்தப் படைப்புகளே என்னைத் தேடி வந்தன.

தேடல் உள்ள வாசகரை ஒரு படைப்பு வந்தடையும் என்பது முத்துலிங்கத்தின் நம்பிக்கையுங்கூட.

ஒரு முறை அவர் இப்படிச் சொன்னார்: "நான் எழுதிக்கொண்டே இருக்கிறேன். எங்கோ ஒரு வாசகர், என் எழுத்தை முற்றிலும் உணர்ந்தவர், காத்திருக்கிறார். என்னுடைய படைப்புகள் எப்படியோ வழி தேடி அவரிடம் போய்ச் சேர்ந்துவிடும். அப்படி நம்பிக்கை."

இதற்கு அவர் கடல் ஆமைகளை உதாரணமாகச் சொன்னார். அவற்றின் வாழ்க்கை விசித்திரமானது. பெண் ஆமைகள் இரவில் நீந்திவந்து கடற்கரை மணலில் குழி பறித்து முட்டைகள் இட்டுவிட்டுப் போய்விடும். அதற்குப் பிறகு அவை திரும்பிப் பார்ப்பதேயில்லை. சூரிய வெப்பத்தில் இந்த முட்டைகள் பொரிக்கும். வெளியே வந்த குஞ்சுகள் நாலா பக்கமும் சிதறி ஓடும். இறுதியில் தண்ணீரின் திசை அறிந்து வழி தேடிக் கடலில் போய்ச் சேர்ந்துகொள்ளும். அது போலவே முத்துலிங்கத்தின் பல படைப்புகள் என்னிடம் வந்து சேர்ந்துகொண்டன.

முத்துலிங்கம் எழுதிய கதைகளையும் கட்டுரைகளையும் நேர்காணல்களையும் நாட்குறிப்புகளையும் அவை வெளியான போதே படித்தேன். பிறகு அவை தொகை நூல்களாக வந்தபோதும் படித்தேன். பிறகு கதைகளும் கட்டுரைகளும் தனித் தனியாகப் பெருந்தொகுதிகளாக வந்தன. அப்போதும் படித்தேன். 2021இல் அவரது கதைக் களஞ்சியத்திலிருந்து கிளாசிக் கதைகளைத் தேர்ந்தெடுக்கும் பேறு எனக்கு வாய்த்தது. அதற்காக அவரது கதைகள் அனைத்தையும் மீண்டும் ஒருசேரப் படித்தேன். எனது ரசனையில் தெரிவான 25 கதைகள் 'புவியீர்ப்புக் கட்டணம்' (காலச்சுவடு, 2022) எனும் தலைப்பில் வெளியாகின. அடுத்து, அவரது கட்டுரைகளின் கிளாசிக் தொகுதி 'கடவுளுக்கு வேலை செய்பவர்' (காலச்சுவடு, 2022) எனும் தலைப்பில் வெளியானது. தேர்ந்தெடுத்தவர் கவிஞர் இசை. அந்தத் தொகை நூலையும் படித்தேன். தவிர, அலமாரியிலிருந்து எடுத்து அவரது படைப்புகளை அவ்வப்போதும் படிப்பேன். ஒரு முறைகூடச் சலிப்பு ஏற்படுத்தாத எழுத்து அவருடையது. அவரது எழுத்தில் முதல் முறையோ இரண்டாம் முறையோ தட்டுப்படாத புதிய சாளரம் மூன்றாம் முறையோ நான்காம் முறையோ திறக்கும். அது அங்கேதான் இருந்தது. அதைக் கவனிக்காமல் நான் கடந்து போயிருப்பேன்.

இந்தப் பண்பை வேறு வார்த்தைகளில் சொல்கிறார் முத்துலிங்கத்தின் வாசகர் ஒருவர். அவர் பூசாச் சிறையில் இருந்தவர். சிறை நூலகத்தில் முத்துலிங்கத்தின் கதைகளைப் படிக்கிறார். வெளியே வந்ததும் முத்துலிங்கத்தின் தொலைபேசி எண்ணைக் கண்டறிந்து பேசுகிறார். உரையாடலின் முடிவில் நல்ல கதை எப்படி இருக்க வேண்டும் என்று அவரிடம் கேட்கிறார்

முத்துலிங்கம். வாசகர் அளித்த பதில் இதற்கு முன்பு யாரும் சொல்லியிராதது. "ஒரு நல்ல சிறுகதை என்றால் எழுத்தாளர் ஓர் அடி முன்னே நிற்பார். வாசகர் பின் தொடர்வார். வாசகரால் எழுத்தாளரை எட்டிப் பிடிக்கவே முடியாது. அதுதான் நல்ல சிறுகதை." முத்துலிங்கத்தின் கதைகளும் அவரது எல்லாப் படைப்புகளும் அப்படியானவைதான்.

'இலக்கியச் சிந்தனை'யின் சார்பாக 2018ஆம் ஆண்டின் சிறந்த சிறுகதையைத் தேர்ந்தெடுக்கும் வாய்ப்பு எனக்குக் கிட்டியது. பூசா வாசகரின் வரையறையையே எனது தேர்வுக்கான அளவுகோலாக வைத்துக்கொண்டேன். அதை மதிப்புரையிலும் குறிப்பிட்டேன் ('எவர் பொருட்டு?', வானதி பதிப்பகம், 2019).

இதுபோல முத்துலிங்கம் எனக்குப் பல இடங்களில் உதவிக்கு வந்திருக்கிறார். அவற்றில் இன்னும் மூன்று தருணங்களை மட்டும் இங்கே குறிப்பிடுகிறேன்.

2015 சென்னைப் பெருவெள்ளத்தின்போது பல மழைநீர் வாய்க்கால்களைப் பிளாஸ்டிக் குப்பைகள் அடைத்துக்கொண்டன. அப்போது பிளாஸ்டிக்கின் கேடுகளைப் பற்றி எழுதினேன் (*இந்து தமிழ் திசை*, 18.1.2016). அந்தக் கட்டுரைக்கு அவரது 'ஆயுள்' எனும் சிறுகதையில் வரும் தேசாந்திரி உதவினான். அவன் ஒரு பழங்குடிப் பெண்ணைக் காதலிப்பான். ஊரை விட்டுப் போகும்போது தனது பிளாஸ்டிக் தண்ணீர்க் குடுவையை அவளிடம் கொடுத்துவிட்டுப் போவான். அவள் காத்திருப்பாள். அவன் வருவதில்லை. அவளும் ஒருநாள் இறந்துபோவாள். அவளது குடிசை சிதிலமாகும். பிளாஸ்டிக் குடுவையும் காணாமல்போகும். ஆனால், அழிந்துபடாது. ஏனெனில் அது மண்ணோடு மண்ணாக மக்கிப்போவதற்கு 450 வருடங்கள் ஆகும். அத்தனை காலமும் அது பூமிக்குப் பாரமாய் இருக்கும்.

2021இல் மியான்மரில் ராணுவம் ஆட்சியைக் கைப்பற்றியது. எல்லையோர மக்கள் அடைக்கலம் தேடி மிசோரம் வந்தனர். அவர்களுக்குக் கதவடைக்கச் சொன்னது ஒன்றிய அரசு. மாநில அரசால் அது முடியவில்லை. ஏனெனில் இரு சாரரும் ஒரே தொப்புள் கொடியிலிருந்து கிளைத்தவர்கள். அதைப் பற்றி எழுதியபோது (*இந்து தமிழ் திசை*, 20.4.2021) 'யார் அகதி?' என்று தொடங்க வேண்டியிருந்தது. முத்துலிங்கம் எளிய விளக்கம் கொடுத்தார். 'பெற்றோர் இல்லாதவன் அனாதை. நாடு இல்லாதவன் அகதி.' அகதி என்பவன் சொந்த நாட்டிலிருந்து நிர்ப்பந்தம் காரணமாக வெளியேறுபவன். நாடற்றவன்.

கடந்த சட்டப்பேரவைத் தேர்தல் பரப்புரையின்போது பல முன்னணிக் கட்சியினரும் வீட்டு வேலை செய்யும் பெண்களுக்கு ஊதியம் வழங்குவோம் என்று வாக்குறுதி நல்கினர். அதைப் பற்றி ஒரு கட்டுரை எழுதினேன் (*புக்டே.இன், 22.1.2021*). வீட்டு வேலையை நம் சமூகம் மதிப்பதில்லை. வீட்டு வேலை செய்யும் பெண்களையும் மதிப்பதில்லை. முத்துலிங்கம் 'கொம்புளானா' என்று ஒரு கதை எழுதியிருக்கிறார். அதில் கொம்புளானா யார் என்று அவர் சொல்வதில்லை. பத்மாவதி குடும்பமே கதி என்று கிடக்கிறாள். சகல வீட்டு வேலைகளையும் அவள்தான் செய்கிறாள். ஆனால் ஒருவருக்கும் அவள் வேலையின் மதிப்புத் தெரிவதில்லை. குடும்பத்தில் அவள் கணவன் பெரிய மூனா. பிள்ளைகள் சின்ன லானா. இவள் கொம்பு ளானா. இந்தக் கொம்புளானா சுயநலம் கருதாமல் தமிழுக்கு எவ்வளவு உழைக்கிறது? ஆனால் ஒருவருக்கும் அதன் மதிப்புத் தெரியவில்லை.

அதை அங்கீகரிக்க மறுக்கிறார்கள். தமிழுக்கு ழகரமும், லகரமும் மட்டுமில்லை, ளகரமும் கண்டிப்பாக வேண்டும். முத்துலிங்கத்தின் கதையை இப்படிக் கொண்டு கூட்டிப் பொருள் கொண்டேன். அதை அந்தக் கட்டுரையில் பயன்கொண்டேன்.

இப்படியாக எனது பல கட்டுரைகளில், அவை இலக்கியம், சமூகம், அரசியல், சூழலியல் என்று எதை மையங் கொண்டிருந் தாலும், அவற்றின் பொருள் விளக்கத்திற்கு முத்துலிங்கத்தின் எழுத்துகள் கைவிளக்காகப் பயன்பட்டிருக்கின்றன. ஆனால் அப்படியான கட்டுரைகள் எதையும் இங்கு சேர்க்கவில்லை. இந்த நூலில் முற்று முழுதாக அவர் படைப்புகளைப் பற்றி எழுதிய கட்டுரைகள் மட்டுமே இடம் பெறுகின்றன.

முத்துலிங்கத்தின் புகழ்பெற்ற கட்டுரை, 'அங்கே இப்ப என்ன நேரம்?'. 2004இல் வெளியானது. கட்டுரையே ஆயினும் புனைவின் பல்வேறு கூறுகளை உள்ளடக்கியது. இது தமிழில் புதிய வகை மாதிரி. அப்போது ஹாங்காங்கில் இலக்கிய வட்டம் எனும் அமைப்பை நடத்திவந்தோம். அதில் இந்தக் கட்டுரையைப் பற்றிப் பேசினேன். தமிழ் இலக்கியக் கூட்டங்களுக்கு வரும் ஆர்வலர்களின் எண்ணிக்கை குறித்துத் தனியாகச் சொல்ல வேண்டியதில்லை. ஹாங்காங் ஒரு விதிவிலக்குமில்லை. கூட்டத்திற்கு வந்திருந்த சொற்பமான பார்வையாளர்களுக்கு உரை பிடித்துப்போனது. அதை அவர்கள் நேரிலும் தொலைபேசியிலும் குழுமத்திற்கான மின்னஞ்சலிலும் பகிர்ந்துகொண்டனர். அது எனக்கு உற்சாகமளித்தது. அதுவே அதைக் கட்டுரையாக எழுதத்

தூண்டியது. முத்துலிங்கத்தின் படைப்புகளைக் குறித்து நான் எழுதிய கட்டுரைகளில் அதுதான் முதலாவது.

அடுத்த கட்டுரை, 'மட்டுப்படுத்தப்பட்ட வினைச்சொற்கள்' எனும் சிறுகதையின் நலம் பாராட்டலாக அமைந்தது. அயல் எழுத்தாளர்களின் நேர்காணல் தொகுப்பு 'வியத்தலும் இலமே'. தமிழில் இதற்கு முன்னுதாரணம் இல்லை. நாளதுவரை பின்னுதாரணமும் இல்லை. அதற்கு எழுதிய மதிப்புரை அடுத்தது.

ஜெனிவீவ் எனும் அமெரிக்கப் பெண் முத்துலிங்கம் தம்பதியினரின் விருந்தினராக வருகிறாள். அவள் ஓர் ஓட்டக்காரி. முத்துலிங்கத்தின் எழுத்தில் அவளது மாராத்தான் ஓட்டம் விதிக்கப்பட்ட 26 மைல்களையும் கடந்து இலக்கியப் பரப்பிற்குள் விரிகிறது. அந்த வாசிப்பனுபவம் இன்னொரு கட்டுரை ஆகியது.

2012இல் திருப்பூர் தமிழ்ச் சங்கம் ஒரு போட்டி அறிவித்தது. அந்தக் காலகட்டத்தில் வெளியாகியிருந்த முத்துலிங்கத்தின் 'அமெரிக்க உளவாளி', 'உண்மை கலந்த நாட்குறிப்புகள்', 'ஒன்றுக்கும் உதவாதவன்', 'அமெரிக்கக்காரி', ஆகிய நூல்களில் ஏதாவது ஒன்றைப் பற்றிய ஆய்வு, ரசனை சார்ந்து கட்டுரை எழுத வேண்டும். நான் எழுதினேன். பட்டியலில் கடைசியாக இருந்த நூலின் தலைப்புக் கதையை மட்டும் எடுத்துக்கொண்டேன். முதல் பரிசு கிடைத்தது. கூடவே அமைப்பாளர் சுப்ரபாரதி மணியனின் மனம் திறந்த பாராட்டும் கிடைத்தது. பிற்பாடு இந்தக் கட்டுரை கணையாழியில் வெளியானது.

அவ்வமயம் நண்பர் பயணி தரன் டில்லியில் பணியாற்றினார். அவரும் அவர்தம் நண்பர்களும் 'தில்லிகை' எனும் இலக்கிய அமைப்பை நடத்திவந்தனர். 2012ஆம் ஆண்டு ஒரு கூட்டத்தில் என்னைப் பேச அழைத்தார் பயணி தரன். முத்துலிங்கத்தின் படைப்புகள்மீது எனக்குள்ள பிரேமையை அவர் அறிவார். ஆகவே முத்துலிங்கத்தின் சிறுகதைகளைப் பற்றியே பேசச் சொன்னார். அத்தோடு விடவில்லை. நான் ஆற்றிய உரை காற்றில் கரைந்து போய்விடாமல் அவர்தான் காப்பாற்றினார். அதாவது அதைக் காணொலியாகப் பதிவு செய்தார். யூடியூபில் வலையேற்றினார். முத்துலிங்கத்தின் இன்னொரு வாசகர் அயலிலிருந்து அந்தக் காணொலியைக் கேட்டு எனக்காக அதை எழுதித் தந்தார். அது பின்னாளில் முத்துலிங்கத்தின் படைப்புகளைப் பற்றிய நூலொன்றில் தலைப்புக் கட்டுரையானது ('முத்துலிங்கத்தின் மூன்று உலகங்கள்', நற்றிணைப் பதிப்பகம், 2014). சொல்வனம் இணைய இதழ் 2017இல் முத்துலிங்கம்

சிறப்பிதழை வெளியிட்டபோதும் அதுவே முதல் கட்டுரையாக இடம்பெற்றது.

மேற்படி தில்லிகைக் கூட்டத்திற்கு நான் மேற்கொண்ட பயணம் முத்துலிங்கத்தின் ஒரு சிறுகதையைப் போல ரசகரமாக அமைந்தது. அந்தப் பயணத்தில் நடந்தவற்றைத் தற்செயல் நிகழ்வுகளின் கூட்டுத்தொகை என்றுதான் சொல்ல வேண்டும். அந்தப் பயணத்தில் ஒரு கட்டுரைக்கான கருப்பொருள், முதற்பொருள், உரிப்பொருள் எல்லாம் இருந்தன. டில்லியிலிருந்து திரும்பும்போதே அந்தக் கட்டுரைக்குத் தலைப்புவைத்தேன் – 'முத்துலிங்கத்துடன் ஒரு பயணம்'. ஆனால் தலைப்பு மட்டுமே கட்டுரை ஆகிவிடுவதில்லை. அது கட்டுரையாக உருப்பெறு வதற்குப் பத்தாண்டுகள் ஆனது. எந்தப் பெருவெடிப்புக்காகவும் நான் காத்திருக்கவில்லை. என்னை மூடியிருந்த சோம்பல் விலகுவதற்கு அத்தனை காலம் வேண்டி இருந்தது.

முத்துலிங்கத்தை நேரில் சந்திக்கிற வாய்ப்பு எனக்கு இதுகாறும் கிட்டவில்லை. எனில் அவ்வப்போது சில மின்னஞ்சல் களைக் கணினி மாற்றிக்கொண்டிருக்கிறோம். அவரது இரண்டு அஞ்சல்களைக் குறிப்பிட வேண்டும்.

'மட்டுப்படுத்தப்பட்ட வினைச்சொற்கள்' குறித்த எனது கட்டுரை வெளியானபோது அவர் எழுதியிருந்த மின்னஞ்சல் எனக்கு உற்சாகமளித்தது. மேலதிகமாக அதில் ஒரு படைப்பாளியின் இன்னொரு முகமும் துலங்கியது. அந்தக் கடிதத்தின் ஒரு பகுதி இது:

“என்னை இவ்வளவு தொடர்ச்சியாகவும் நுட்பமாகவும் நீங்கள் படித்துவருகிறீர்கள் என்பதைக் கண்டு அதிசயித்து நிற்கிறேன். காரணம் இருக்கிறது. இந்தக் கதையை நான் ஆறுமாதக் காலத்துக்கும் மேலாக எழுதினேன். இது 1500 வார்த்தைகள் கொண்ட ஒரு சிறுகதைதான். 2000 வார்த்தைகளில் முதலில் எழுதி பிறகு அதை அடித்து அடித்துச் சுருக்கியிருந்தேன். உண்மையில் ஒரு நல்ல சிறுகதை எழுதுவதற்கு நீண்ட நீண்ட பத்தியெல்லாம் எழுதத் தேவையில்லை. சிக்கனம் முக்கியம்.”

இந்தக் கடிதத்தை அவர் எனக்கு 2006இல் எழுதினார். கடந்த 16 ஆண்டுகளில் பல முறை வாசித்துவிட்டேன். ஒரு படைப்பாளிக்குத் தனது வாசகர்களின் மீது எத்தனை கரிசனம் இருந்தால் ஒரு சிறுகதையை எழுத ஆறு மாதம் எடுத்துக்கொள்வார்?

அடுத்து, 'வியத்தலும் இலமே' நேர்காணல் தொகுப்புக்கு நான் எழுதிய மதிப்புரையை வாசித்துவிட்டு அவர் எழுதிய கடிதம். அதில் இப்படிச் சொல்லியிருந்தார்:

“எத்தனையோ மைல்களுக்கப்பால் இருந்து என்னைக் கூர்மையாகக் கவனித்தபடியே இருக்கிறீர்கள். மகிழ்ச்சியாக இருக்கிறது, அதே சமயத்தில் பயமாகவும் கூச்சமாகவும் இருக்கிறது. ஒவ்வொன்றும் அதற்கு முந்தியதை மிஞ்சியதாக இருக்க வேண்டும். எவ்வளவு பெரிய சவால்.”

பாராட்டிற்கு அவர் நன்றி சொல்கிறார். ஆனால் பரவசப்பட வில்லை. மாறாக அடுத்து எழுதுவது இதை விஞ்ச வேண்டும் என்கிற சவாலைத் தனக்குத்தானே விதித்துக்கொள்கிறார்.

முத்துலிங்கத்துடனான எனது மின்னஞ்சல் தொடர்பு 2006இல் தொடங்கியது. எனினும் பரிமாறிக்கொள்ளபட்ட மின்னஞ்சல்கள் வெகு குறைவானவை. அதற்கு எனது சோம்பல் மட்டும் காரணமில்லை. தமிழின் முக்கிய எழுத்தாளர் ஒருவரின் நேரத்தை நான் ஒரு வாசகன் மட்டும் கவர்ந்துகொள்வது நீதியாகாது என்று கருதினேன். ஆகவே மின்னஞ்சல் பரிமாற்றம் குறைவாக இருந்தது என்பதோடு, அது அடுத்த கட்டமான தொலைபேசி உரையாடலுக்கு நகருவதற்கு வெகு காலமானது. அது 2021இல்தான் நடந்தது. அந்த ஆண்டில்தான் அவரது சிறுகதைக் களஞ்சியத்தி லிருந்து கிளாசிக் கதைகளைத் தெரிவு செய்தேன். அது தொடர்பாக இரண்டொரு முறை பேசினேன். தெரிவு முடிந்ததும் தொகுப்புக்கு முன்னுரை எழுதினேன் (‘முத்துலிங்கத்தின் வெளி’). அதை வாசித்துவிட்டு அவரே அழைத்தார். ‘ஓர் ஆய்வுக் கட்டுரையே எழுதிவிட்டீர்கள்!’ என்றார். கல்விப் புலத்தில் ஓர் ஆய்வுக் கட்டுரையைச் சமர்ப்பித்து அதற்காக ஒரு பட்டம் பெற்றிருந்தால் கூட அது எனக்கு அத்துணை மகிழ்வை அளித்திருக்காது.

ஹாங்காங் ‘இலக்கிய வட்ட’த்தின் 25ஆவது கூட்டம் 2014இல் நடந்தது. அப்போது அதுகாறும் நடந்த கூட்டத்தின் பதிவுகளை ஒரு நூலாக வெளியிட்டோம். நூலில் பல இடங்களில் முத்துலிங்கம் வந்தார். நூலை வாசித்த நண்பர் ஒருவர் கேட்டார். ‘முத்துலிங்கம் எப்படி உங்களை இந்த அளவுக்கு பாதித்தார்?’. அவர் கூட்டங்களுக்கு வந்தவரில்லை. அவருக்கு என்ன பதில் சொன்னேன் என்று நினைவில்லை. இப்போதும் அந்த நண்பரைப் போல ஒருவர், ‘ஏன் ஒரு எழுத்தாளரைப் பற்றி ஒரு வாசகர் இத்தனை கட்டுரைகள் எழுத வேண்டும்?’ என்று கேட்கலாம்.

அந்தக் கேள்விக்கு என்னிடம் பதில் இருக்கிறது. ஒரு பழைய திரைப்படத்திலிருந்து தொடங்கலாம். படம்: ‘உயிரா மானமா?’. முத்துராமன் ரஷ்யா போவார். அங்கு ஒரு ரஷ்யப் பெண்ணைக் காதலித்து மணந்துகொள்வார். அவர்தான் கிருஷ்ணகுமாரி. அந்தக் கால ரசிகர்கள் நிற வேற்றுமை பாராட்டாததால் கேள்வி

எதுவும் கேட்கவில்லை. முத்துராமன் கிருஷ்ணகுமாரிக்குத் தமிழ்நாட்டைச் சுற்றிக் காட்டுவார். குற்றாலத்தில் ஒரு பாட்டோடு தொடங்குவார். சீர்காழி பாடிய 'குற்றால மலையிலே குதித்து வந்த தமிழிலே வற்றாத பேரழகே நீயாடு' என்கிற பாடல். கண்ணதாசன், அடுத்து வரும் வரிகளில் சோவியத் பெருமகளை 'சொந்தத் தமிழ் மருமகள்' ஆக்கிவிடுவார். அதற்கடுத்த வரிகளுக்கு இணையர் நெய்வேலிக்கு வந்துவிடுவார்கள். நெய்வேலி அனல் மின் நிலையம் சோவியத் கூட்டுறவில் உருவானது. அதன் பின்புலத்தில் நாயகன் பாடும் வரிகள் அற்புதமானவை:

நீங்கள் எமக்களித்த நெய்வேலிப் பெருமை கண்டு
நாங்கள் உமக்களித்த நன்றியே
என்னை நானே உனக்களித்தேன் செல்வமே!

எப்போதேனும் முத்துலிங்கத்தைச் சந்திக்க வாய்த்தால் கண்ணதாசனிடம் கடன் வாங்கி முத்துலிங்கத்திடம் கொடுப்பேன். அது இப்படி இருக்கும்:

நீங்கள் எமக்களித்த தமிழ்க் கொடையின் பெருமை கண்டு
நாங்கள் உமக்களித்த நன்றியே
ஐயா, எளியேன் எழுதிய இந்தக் கட்டுரைகள்!

"ஓர் அருமையான நண்பரைப் பெற்றிருக்கிறீர்கள். சிறீதரனைத்தான் சொல்கிறேன். நீங்கள் கொடுத்துவைத்தவர். ஒரு நல்ல நண்பரைப் பெறுவது இந்த உலகத்தில் எவ்வளவு கஷ்டமான விடயம்."

எனக்கு எழுதிய மின்னஞ்சல் ஒன்றில் இப்படிச் சொல்லி யிருந்தார் முத்துலிங்கம். அது 2007ஆம் ஆண்டு. அவர் குறிப்பிட்ட நண்பர் பயணி தரன். அவர் அயலுறவுத் துறை அதிகாரி. சீனத்தின் செவ்விலக்கியங்களை நேரடியாகச் சீனத்திலிருந்து மொழிபெயர்த்துத் தமிழுக்கு வழங்கிவருபவர். கதாசிரியர். கவிஞர். இப்போது அவர் முகநூல் நட்சத்திரமும்கூட.

இந்த நூலில் இடம்பெறும் கட்டுரைகள் பலவற்றையும் அவை வெளியான காலத்திலேயே படித்தவர் பயணி தரன். ஒன்றிரண்டு கட்டுரைகளை அவை வெளியாவதற்கு முன்னரே படித்தவர். முத்துலிங்கத்தின் எழுத்தின் மீது எனக்கிருந்த அபிமானத்தை அணுக்கமாக அறிந்தவர். இப்போதைய பொறுப்பில் எப்போது வானம் எப்போது பூமி என்று தெரியாத அளவிற்குத் தொடர்ச்சியான பயணங்களை மேற்கொள்கிறார். இடைவிடாத அலுவல். இதற்கிடையில் இந்த நூலுக்கு அணிந்துரை அளித்திருக்கிறார். அவருக்கு என்றென்றும் என் நன்றி.

இந்த நூலில் இடம்பெறும் கட்டுரைகளை வெளியிட்ட இதழ்களுக்கும் அவற்றின் ஆசிரியர்களுக்கும் மனமார்ந்த நன்றிகள். அவர்தம் பெயர்கள் 'நன்றியறிதல்' பக்கத்தில் இடம் பெறுகின்றன.

இந்த நூலைக் காலச்சுவடுக்காகப் படித்துப்பார்த்தவர் அரவிந்தன். பக்கங்களை வடிவமைத்தவர் செ. அபிஷா. பொருத்தமான அட்டைப் படம் வடிவமைத்தவர் மணிவண்ணன். இவர்களை நன்றியோடு நினைத்துக்கொள்கிறேன்.

இந்த நூலில் இடம்பெறும் கட்டுரைகளை ஒரு தொகுப்பாகக் கொண்டுவர வேண்டும் என்கிற விருப்பத்தைச் சில காலமாக அடைகாத்துவந்தேன். குஞ்சு பொரிப்பதற்கு ஒரு காலம் வர வேண்டுமல்லவா? வந்தது. காலச்சுவடு கண்ணனிடம் என் விருப்பத்தைத் தெரிவித்தேன். அவர் உடனே செய்துவிடலாம் என்றார். என்னை வெகுவாக ஊக்குவித்தார். இந்த நூல் இத்தனை செய்நேர்த்தியோடு வெளியாவதற்கும் அவரே காரணம்.

இனி இந்தக் குஞ்சுகள் தண்ணீரின் திசை அறிந்து கடலில் போய்ச் சேர்ந்துகொள்ளும்.

சென்னை **மு. இராமனாதன்**
கிறிஸ்துமஸ் தினம், *2022*

1

முத்துலிங்கத்தின் வெளி

அவள் பெயர் பொன்னி. வயது பதின்மூன்று. தொழில்: வேலைக்காரச் சிறுமி. களம்: யாழ்ப்பாணத்துக்கு அருகே ஒரு சிற்றூர். காலம்: ஜார்ஜ் மன்னர் படம் போட்ட ரூபாய்த் தாள்கள் புழக்கத்தில் இருந்த காலம். சுருட்டி விடும் கான்வாஸ் திரைகள் கொண்ட ஆஸ்டின் கார் ஓடிய காலம். அந்த வீடு பொன்னியைச் சுற்றித்தான் இயங்கியது. பாரதியின் சேவகன்போல அவள்தான் வீட்டைப் பெருக்கினாள்; உணவு சமைத்துத் துணி துவைத்து, பாத்திரம் கழுவினாள். அம்மாவின் வேலைகள், அப்பாவின் ஆணைகள், கதைசொல்லிச் சிறுவனின் ஆக்கினைகள் என்று பலதைச் சமாளித்தாள். எஞ்சிய நேரத்தில் அடுப்படியில், நெருப்புத் தணல் அணைந்துபோன விறகு அடுப்புக்குப் பக்கத்தில் படுத்துக்கொண்டாள் (கதை: 'தில்லை அம்பலப் பிள்ளையார் கோயில்')

அவர் பெயர் சிவபாக்கியம். வயது 70. தொழில்: இலங்கையில் இருந்தபோது இன்னொருவர் வீட்டுத் தரையைக் கூட்டுவதையும் துடைப்பதையும் மினுக்குவதையும் செய்துகொண்டிருந்தார். களம்: நியூயார்க்கிலிருந்து 80 மைல் தூரத்தில் இருக்கும் முதியோர் காப்பகம். காலம்: சமகாலம். அந்தக் காப்பகத்தில் அவருக்கு எல்லா வசதிகளும் இருந்தன. வெளியே போகலாம் வரலாம். கடன் அட்டையில் என்னவும் வாங்கலாம். ஆனால் அவரால் சந்தோஷமாக இருக்க முடியவில்லை. மகள் திரௌபதிதான் அம்மாவை அமெரிக்கா

வருவித்தாள். இப்போது அவள் பெயர் ரிபெக்கா. புலமைப் பரிசிலில் படிப்பதற்காக அமெரிக்கா வந்தவள் பெஞ்சமினைக் காதலித்து மணந்துகொண்டாள். யூத மதத்துக்கு மாறிவிட்டாள். சிவபாக்கியம் வந்தபோது பேரன் ஆப்பிரஹாமிற்கு வயது நாலு. அவனுடைய ஒன்பதாவது வயதில்தான் அம்மாவை இந்தக் காப்பகத்தில் சேர்த்துவிட்டாள் மகள். அதற்கு நிறையக் காரணங்கள். அம்மா யூதர்களுக்குத் தடை செய்யப்பட்ட இறாலைப் பேரனுக்குப் புகட்டிவிட்டாள். கைதவறி விழுந்த உணவை அவளே சுத்தம் செய்தாள்; அதற்கு மகள் வேலைக்காரர்களை நியமித்திருப்பதை மறந்துவிட்டாள். முக்கியமாக மகள் மறக்க விரும்பிய ஒரு பழைய வாழ்க்கையை, அம்மா தன் இருப்பின் மூலம் நினைவூட்டிக்கொண்டிருந்தாள் ('கடவுச்சொல்')

அவள் பெயர் மைமூன். இளம் வயது. காலம்: எழுபதுகளாக இருக்கலாம். களம்: சோமாலியாவில் ஒரு குக்கிராமம். தொழில்: புல்லினாலும் நாரினாலும் இறுக்கிப் பின்னிய குடத்தை முதுகிலே சுமந்து, காட்டுப் பாதையில் எட்டு மைல் தூரம் போய் நித்திய நியமமாகத் தண்ணீர் பிடித்து வர வேண்டும். விறகு பொறுக்கிச் சமைக்க வேண்டும். சுரைக்குடுவையில் ஒட்டகப் பால் கறக்க வேண்டும். மீதமிருக்கும் பாலைச் சந்தைக்கு எடுத்துச் செல்ல வேண்டும். மைமூன் அலிசாலாவைக் காதலிக்கலாமா என்று தீவிரமாக யோசிக்கிறாள். ஆனால் தொலைதூரத்தில் உள்ள ஒரு கிராமத்தில் இருந்து வந்த, அந்த ஊர் குடித்தலைவரும், ஐம்பது ஒட்டகங்களைச் சீராகத் தர முன்வந்தவருமான ஐம்பது வயதுக்காரரை அவள் மறுப்புச் சொல்லாமல் மணந்து கொள்கிறாள். ஏன் என்பது கதையின் முடிவில் தெரியவரும். ('ஒட்டகம்')

இந்த மூன்று பெண்கள் மீதும் நமது சமூகம் கரிசனத்தோடு நடந்துகொள்ளவில்லை. இது ஒற்றுமை. இவர்கள் வெவ்வேறு காலகட்டத்தின் கதை மாந்தர்கள். வெவ்வேறு வயதினர். தமிழ் இலக்கணப்படி பொன்னி ஒரு பெதும்பை, மைமூன் அரிவை, சிவபாக்கியம் பேரிளம்பெண். இவை வேற்றுமைகள். இன்னொரு வேற்றுமையும் இருக்கிறது. அதுதான் முக்கியமானது. கதை நடக்கும் களம். அவற்றின் அயல்தன்மை.

பொன்னியின் கதைக் களம் தமிழ் மண்ணில் தொடங்கித் தமிழ் மண்ணில் முடியும். அது தமிழ் வாசகனுக்குப் பரிச்சயமானது. சிவபாக்கியத்தின் வேர்கள் இலங்கையில் பரவியிருந்தாலும், கதை நியூயார்க்கில் நடக்கிறது. அங்கே பேர்ச் மரம் வெள்ளையடித்தது போல இருக்கும். ஆஷ் மரப்பட்டைகள்

சாய் சதுரமாக இருக்கும். செப்டம்பர் மாதத்தில் இலைகள் நிறம் மாறும். ஐந்துகோண மேப்பிள் இலை அவசரமாகவும் ஓக் இலைகள் நிதானமாகவும் நிறம் மாறும். இவற்றோடு தமிழ் வாசகருக்கு அறிமுகமில்லை. கதையில் ஊடாடிவரும் யூதக் கலாச்சாரமும் அந்நியமானது. எனினும், சிவபாக்கியத்தைத் தமிழ் வாசகர் அறிவார். அவளது மன அவசங்கள் புரியும். ஆனால் மைமூன் தமிழ்க் கதையுலகுக்குப் புதியவள். அவளது ஆடுகளின் மேய்ச்சல் நிலம் புதிது. அவள் தண்ணீர் எடுக்கப் போகும் வழியில் வரும் அகாஸிய முள்மரங்களும் ஆள் உயரக் கத்தாழைகளும் பயந்த சுபாவம் கொண்ட பற்றைகளும் புதியவை. ஒரு வறட்சிக் காலத்தில் வழிப்போக்கர்களாக வந்த ஒரு தாயும் அவளது குழந்தையும் குடிக்கத் தண்ணீர் கிடைக்காமல் அலைந்து திரிந்து குர்ரா மரத்தின் நிழலில் உயிரை விட்ட கதையைத் தமிழ் வாசகர் இதற்கு முன்பு கேட்டிருக்க மாட்டார். மைமூன் ஒரு ஐம்பது வயதுக்காரனை மணக்கச் சம்மதித்ததின் பின்னுள்ள நியாயம் அவருக்குப் புதிதாக இருக்கும்.

முத்துலிங்கத்தின் கதைகள் இந்த மூன்று களங்களாலும் ஆனவை. அவரது கதைகளின் வெளி இப்படியான மூன்று உலகங்களால் ஆனது என்றும் சொல்லலாம். இரண்டாம் வகைக் கதைகள் அயலில் நடப்பவை. அதனால் அயல்தன்மை உடையவை. எனில் அதில் வரும் தமிழ்க் கதை மாந்தர்கள் கதையைத் தமிழ் வாசகருக்கு நெருக்கமாக்குகிறார்கள். ஆனால் மூன்றாம் வகைக் கதைகள் அயல் நாடுகளில் அயல் நாட்டு மாந்தர்களால் செலுத்தப்படுபவை. அவை களனாலும் மாந்தர் களாலும் அயல்தன்மை பெறுகின்றன. எனில், தமிழ் மண்ணில் தமிழ் மாந்தர்கள் பங்குபெறும் முதல் வகைக் கதைகளிலும் ஓர் அயல்தன்மை உள்ளது. அது காலம். முத்துலிங்கத்தின் முதல் வகைக் கதைகள் காலத்தால் முந்தியவை. இப்படி மூன்று வகைக் கதைகளும் காலத்தாலோ இடத்தாலோ அயற்தன்மை பெறுகின்றன. இது ஆசிரியர் தனக்குத் தானே வருத்திக்கொண்ட சவால். ஆனால் அப்படியொரு கயிற்றில் நடக்கிற யத்தனம் தெரியாமல் கதையைக் கொண்டுசெல்கிற லாவகம் இந்த வித்தைக்காரரிடம் இருக்கிறது.

சத்யஜித் ராயின் சரிதத்தை எழுதிய ஆண்ட்ரூ ராபின்சன் இப்படிச் சொல்கிறார்: ‘படைப்பு உருவான காலம், படைப்பு உருவான இடம் இரண்டையும் மேதை அழித்துவிடுகிறார்’. இதன் பொருள் இடமும் காலமும் படைப்பில் இராது என்பதல்ல. அவை இருக்கும். துலக்கமாகத் தெரியலாம். தெரியாமலும் போகலாம். ஆனால் அவற்றை மீறி மேதையின்

படைப்புகள் வாசகப் பரப்பில் நிலைத்திருக்கும். அது 'ப' வடிவ இரும்புத் தண்டை ஆஸ்டின் காரின் முன் துளையில் நுழைத்து பலம் கொண்டு மட்டும் சுழற்றிக் காரை ஸ்டார்ட் செய்கிற காலமாக இருந்தாலும் ('தில்லை அம்பலப் பிள்ளையார் கோயில்'), வேரோடு பிடுங்கிய சோளப் பயிர்களை அசைத்து அயலூர்காரர்களை வரவேற்கும் சோமாலியாக் கிராமமாக இருந்தாலும் ('ஒட்டகம்'), நீரினங்களில் செதில் உள்ளவற்றை மட்டுமே உண்ணும் யூதக் கலாச்சாரமாக இருந்தாலும் ('கடவுச்சொல்'), அந்தக் கதைகளின் அயல்தன்மை தெரியாமல் அவற்றை முத்துலிங்கத்தால் தமிழ் வாசகருக்குப் பரிமாற முடிகிறது. ஆகவே அவை வாசகப் பரப்பில் நிலைக்கின்றன; கிளாஸிக் படைப்புகள் ஆகின்றன.

O

அ. முத்துலிங்கத்தின் விக்கிப்பீடியா பக்கத்தில் அவரைப் பற்றிய அறிமுகம் இப்படித் தொடங்குகிறது: "1937 சனவரி 19இல் இலங்கை கொக்குவில் கிராமத்தில், அப்பாத்துரை, ராசம்மா தம்பதிகளுக்குப் பிறந்தவர்." விஞ்ஞானம் படித்தார். சார்ட்டட் அக்கவுண்டண்ட் ஆனார். தனது முதல் கதையை 1958இல் எழுதினார். கலாநிதி கைலாசபதியால் தூண்டுதல் பெற்றார். 1964இல் 'அக்கா' சிறுகதைத் தொகுப்பை வெளியிட்டார். ஈழ இனப்பிரச்சனை காரணமாக சியோரா லியான் சென்றார். உலக வங்கியிலும், ஐக்கிய நாடுகள் அவையிலும் முக்கியப் பொறுப்புகள் வகித்தார். ஆப்பிரிக்காவிலும் மேற்காசிய நாடுகளிலும் பணியாற்றினார். ஆனால் அந்தப் பணிக்காலத்தின் பெரும் பகுதியில் அவர் கதை எழுதவில்லை. அந்த அனுபவங்களை எல்லாம் ஒரு கருமியைப் போல் சேமித்துக் கொண்டிருந்தார். நீண்ட முப்பதாண்டுகளுக்குப் பிறகு 1994இல் தனது சேகரத்திலிருந்தவற்றைச் செலவாக்கத் தொடங்கினார். இவரது இரண்டாவது சிறுகதைத் தொகுப்பு 'திகட சக்கரம்' (1995). அடுத்து வெளியானவை: 'வம்ச விருத்தி' (1996), 'வடக்கு வீதி' (1998). அதுகாறும் வெளியான கதைகள் 41. ஆனால் இந்தத் தொகை நூலில் ('புவியீர்ப்புக் கட்டணம்') அவற்றிலிருந்து இடம் பெறுவது ஒரு கதைதான் ('ஒட்டகம்').

அந்த 41 கதைகளில் பல மாணிக்கங்கள் உள்ளன. "குழந்தமையின் பார்வை வழியாக ஒரு சமூகக் கொடுமை அல்லது குடும்ப அவலம் விவரிக்கப்படும்போது அது கூடுதலான அழுத்தத்தோடு மனதில் பதிகிறது" என்று பாவண்ணன் சிலாகிக்கும் 'அக்கா' அவரது ஆரம்ப காலக் கதைகளில் முக்கியமானது. 1997இல் இந்தியா டுடே இதழில் வெளியான 'விசா'வை இலக்கியச்

சிந்தனை அந்த ஆண்டின் சிறந்த சிறுகதையாகத் தெரிவு செய்தது. 'வம்ச விருத்தி' தொகுப்பு தமிழ்நாடு அரசின் பரிசையும், 'வடக்கு வீதி' தொகுப்பு இலங்கை அரசின் சாகித்திய விருதையும் பெற்றவை. எனினும் முத்துலிங்கத்தின் ஆரம்பகாலச் சிறுகதைகள் பொங்கித் ததும்புபவை, நிறைந்து வழிபவை. எனில், புத்தாயிரமாண்டிற்குப் பிறகு அவர் எழுதிய கதைகள் அடர்த்தியானவை, செறிவானவை, வார்த்தை வார்த்தையாய் வரி வரியாய்ச் செதுக்கப்பட்டவை.

2000இல் முத்துலிங்கம் பணியிலிருந்து ஓய்வு பெற்றார். அது முதல் கனடாவில் வசித்துவருகிறார். அவரது பணி ஓய்விற்கும் படைப்பின் செழுமைக்கும் ஏதேனும் தொடர்பு உண்டா என்பது தெரியவில்லை. அவரது படைப்பின் உச்சம் என்று 'மகாராஜாவின் ரயில் வண்டி' (காலச்சுவடு பதிப்பகம், 2001) தொகுப்பைச் சொல்லலாம். 2003இல் அவர் எழுதிய கதைகளின் எண்ணிக்கை 75 ஆனது. 'அ. முத்துலிங்கம் கதைகள்' (தமிழினி, 2003) எனும் தலைப்பில் அவை நூலாகின. அடுத்தடுத்து வெளியான தொகுப்புகள்: 'அமெரிக்கக்காரி' (காலச்சுவடு பதிப்பகம், 2009), 'குதிரைக்காரன்' (காலச்சுவடு பதிப்பகம், 2012), 'பிள்ளை கடத்தல்காரன்' (காலச்சுவடு பதிப்பகம், 2015), 'ஆட்டுப்பால் புட்டு' (நற்றிணைப் பதிப்பகம், 2016), 'இங்கே நிறுத்தக் கூடாது' (நற்றிணைப் பதிப்பகம், 2019) அகியவை. 1958 முதல் இதுவரை முத்துலிங்கம் எழுதிய கதைகள் 150ஐத் தாண்டும். இவற்றிலிருந்து சராசரியாக ஆறில் ஒரு கதை தேர்ந்தெடுக்கப்பட்டு, அவை இந்தத் தொகை நூலில் இடம்பெறுகின்றன.

முத்துலிங்கம் அடிப்படையில் சிறுகதைக்காரர். எனில், இரண்டு நாவல்களும் எழுதியிருக்கிறார். முதலாவது, 'உண்மை கலந்த நாட்குறிப்புகள்' (உயிர்மை பதிப்பகம், 2008). சுயசரிதைத் தன்மையுடையது. இதில் 46 அத்தியாயங்கள் உள்ளன. இவற்றைப் 46 சிறுகதைகளாகப் படிக்கலாம். தொடர்ச்சியாகப் படித்தால் நாவலாகிவிடும். அடுத்தது, 'கடவுள் தொடங்கிய இடம்' (விகடன் பிரசுரம், 2014). ஈழத் தமிழர்கள் சிலர் அகதிகளாக இடம் பெயர்ந்த கதைகளைச் சொல்வது. இதையும் சிறுகதை களாகப் படிக்கலாம். எனில் இவை இரண்டையும் நாவல் என்று ஆசிரியரே வகைப்படுத்திவிட்டதால் இந்தத் தொகை நூலுக்காக இவை கணக்கில் கொள்ளப்படவில்லை.

இவரின் கட்டுரைகள் பலவும் புனைவின் சாயல் கொண்டவை. இவரது கட்டுரைத் தொகுப்புகள் வருமாறு: 'அங்கே இப்ப என்ன நேரம்?' (தமிழினி, 2005), 'பூமியின் பாதி வயது' (உயிர்மை பதிப்பகம், 2007), 'அமெரிக்க உளவாளி' (கிழக்கு

பதிப்பகம், 2010), 'ஒன்றுக்கும் உதவாதவன்' (உயிர்மை பதிப்பகம், 2011), 'தோற்றவர் வரலாறு' (நற்றிணைப் பதிப்பகம், 2016). இந்தத் தொகுப்புகளுக்குள்ளும் சிறுகதைகள் பரக்கக் கிடக்கின்றன. ஆனால் அவற்றின் தலையில் கட்டுரை என்று ஆசிரியரே எழுதிவிட்டதால் அவையும் இந்தத் தொகை நூலின் கணக்கில் வரவில்லை.

○

இந்தப் பின்னணியில் இந்தத் தொகை நூலில் இடம் பெறும் முத்துலிங்கத்தின் மூன்று விதமான உலகங்களையும் சற்றே நெருங்கிப் பார்க்கலாம். இலங்கையில் தொடங்கி இலங்கையில் முடியும் கதைகளுக்கு ஆட்டுப் பால் புட்டு, மகாராஜாவின் ரயில் வண்டி முதலான கதைகள் எடுத்துக்காட்டுகளாக அமையும்.

அரிசிமாவையும் உளுத்தம்மாவையும் சரிசமமான விகிதத்தில் கலந்து குழைத்து முதலில் புட்டு அவிக்கவேண்டும். அதை இறக்கியவுடன் சூடாக்கிய ஆட்டுப் பாலில் கிளறிச் சர்க்கரை சேர்த்துச் சுடச்சுடச் சாப்பிட்டால் அதன் ருசியே தனி என்பது சிவப்பிரகாசத்தின் அபிப்பிராயம். அதற்காகவே கொழும்பில் பணியாற்றும் அவர் ஒவ்வொரு மாதமும் யாழ்தேவியைப் பிடித்து யாழ்ப்பாணம் வந்துவிடுவார். யாழ்ப்பாணத்தில் அவருக்குத் தோட்டம் இருக்கிறது. அங்கேதான் அவரது மனைவி ஆடு, மாடு, கோழிகளை வளர்க்கிறார். அதில் ஒரு ஆடு திருடுபோகிறது. பின்னர் கிடைத்தும் விடுகிறது. கள்ளன் உள்ளூர்க்காரன்தான். அவனை விட்டுவிடச் சொல்கிறார் சிவப்பிரகாசம். ஆனால் போலிஸ் அவன் மேல் வழக்குப் போடுகிறது. வழக்கின் காரணமாகக் கள்ளனைப் போலவே சிவப்பிரகாசத்துக்கும் இன்னல்கள் நேர்வதை மீதிக் கதை விவரிக்கிறது. இந்தக் கதை தமிழ் மண்ணில் நடந்தாலும் காலத்தால் அயல்தன்மை பெறுகிறது. 'கதை நடந்தது சிலோனில்தான், ஸ்ரீலங்கா என்று பெயர் மாற்றம் செய்யும் முன்னர்', என்கிற முதல் வரியிலேயே கதை நிகழும் காலத்திற்கு வாசகனைக் கொண்டுபோய்விடுகிறார் ஆசிரியர்.

அடுத்து, இரண்டாம் வகைக் கதைகள். இவை அந்நிய மண்ணில் நடப்பவை. தமிழ் மாந்தர்கள் இடம்பெறுபவை. முத்துலிங்கத்தின் பல கதைகள் இந்த வகைமையில் வரும்.

இந்தக் கதைகளில் அகதிகள் வருவார்கள், அகதிகளாக ஆக முடியாதவர்களும் வருவார்கள். அவர்கள் தத்தமது நாடுகளிருந்து துரத்தப்பட்டவர்கள் அல்லது வெளியேறியவர்கள். நாடற்றவர்கள். ஒரு நாட்டைத் தேடிக்கொண்டிருப்பவர்கள். லோகிதாசன் துப்பரவுப் பணியாளன் ('கறுப்பு அணில்'). ரத்ன

ஒரு பரிசாரகி (‘மட்டுப்படுத்தப்பட்ட வினைச்சொற்கள்’). இலங்கையில் வாங்கிய கடனை அடைக்க ஒரு தொழிற்சாலை யிலும் ஓர் அங்காடியிலுமாக இரண்டு வேலைகள் பார்ப்பவன் லோகநாதன் (‘பிள்ளை கடத்தல்காரன்’). இவர்கள் கனடாவிற்கு வந்த பிற்பாடு அகதிக் கோரிக்கை வைத்தவர்கள். மூவரிடமும் கைவசம் உள்ள ஆங்கிலச் சொற்களைப் போலவே காசும் குறைவு. தனிமையும் குளிரும் வாட்டும் ஊரில் தங்களைப் பொருத்திக்கொள்ளப் படாத பாடு படுகிறவர்கள். இவர்கள் எறிகணைகளிலிருந்தும் குண்டு வீச்சுகளிலிருந்தும் முள்வேலி முகாம்களிலிருந்தும் தப்பிப் பிழைக்க வெளிநாட்டுக்கு வந்தவர்கள்.

இந்தக் கதைகளில் உயர் பதவிகளில் இருப்பவர்களும் வருகிறார்கள். ஒரு ஜெர்மன் நிறுவனம் ஆப்பிரிக்காவில் செயல்படுத்தும் உள்கட்டுமானப் பணியை மேற்பார்க்கும் தமிழ் அதிகாரிக்குள் ஒரு காருக்குறிச்சி ரசிகனும் இருப்பான் (‘விருந்தாளி’). 23ஆம் மாடியில் அலுவலகம் இருக்கும் ஆலோசனை நிறுவனத்தின் தலைவன் எண்சீர் விருத்தமும் பாயிரமும் யாப்பருங்கலக் காரிகையும் அறிந்தவன்(‘தொடக்கம்’). லண்டனில் மகப்பேறு மருத்துவத்தில் விசேடப் படிப்பு (*MRCOG*) படித்த டாக்டர் நியூ பவுண்லாண்டில் பணியாற்றுபவன் (‘ஆதிப்பண்பு’)

இந்த இரு சாரருக்கும் இடையிலான முரண் சைமனை மூச்சு முட்டச் செய்கிறது (‘நிலம் என்னும் நல்லாள்’). அவன் இயக்கத்தில் இருந்தவன். போர் முடிந்ததும், அவனது அப்பா நிறையப் பணம் செலவழித்து மகனைத் தேடிக் கண்டுபிடித்து, அவனைத் தாய்லாந்து வழியாகக் கனடாவுக்கு எடுப்பிக்கிறார். கனடாவில் பெற்றோர் வசிக்கும் வீடு அவனைத் திகைக்கச் செய்கிறது. பளிங்குத் தரை. மர வேலைப்பாடுகள். சுழன்று ஏறும் படிக்கட்டுகள். சுவிட்ச் போட்டுத் திறந்து மூடும் திரைச் சீலைகள். அவனால் அத்தனை படாடோபத்தைத் தாங்க முடியவில்லை.

முத்துலிங்கத்தின் மூன்றாம் வகைக் கதைகள் முக்கியமானவை. அந்நிய மண்ணில் அந்நிய நாட்டு மனிதர்கள் மட்டும் இடம்பெறும் தமிழ்க் கதைகள் அவை. புவியீர்ப்புக் கட்டணம், நாளை, தீர்வு முதலிய கதைகள் இந்த வகைமையில் வரும். ‘புவியீர்ப்புக் கட்டணம்’ ஒரு மேலை நாட்டில் நடக்கிறது. ‘நாளை’ சபிக்கப்பட்ட ஒரு யுத்த பூமியில் நடக்கிறது. ‘தீர்வு’ ஆப்பிரிக்காவில் நடக்கிறது. இந்தக் கதாபாத்திரங்கள் யாரும் தமிழ் பேசுகிறவர்கள் அல்லர். ஆனால் கதை தமிழ் பேசுகிறது. அது தமிழ் வாசகருக்கு நெருக்கமாகவும் இருக்கிறது.

‘மயானப் பராமரிப்பாளர்’ மூன்றாம் வகைக் கதைக்கு எடுத்துக்காட்டாக அமையும். இதில் ஒரு கதைசொல்லி வருகிறான். அவன் கதையில் ஒரு பாத்திரம்தான். ஆனால் கதையில் அவன் ஆற்றுவது ஒரு கட்டியங்காரனின் பணியை. அவன் இலங்கைக்காரனாக இருக்கலாம். இந்தியனாக இருக்கலாம். அமெரிக்கனாக, ஆப்பிரிக்கனாக யாராக வேண்டுமானாலும் இருக்கலாம். அப்படி ஒரு பொதுப்புள்ளியில் ஆசிரியரால் அவனை நிறுத்த முடிகிறது. கதையில் வரும் அப்பா அமெரிக்கர். அவர் செய்யும் தொழில் ஒரு தமிழ் வாசகன் அறிந்திராதது. ஆனால் அந்தத் தொழிலின் வாயிலாக அவர் மனதளவில் எட்டும் சமநிலை தமிழ் வாசகனுக்குப் புரியக்கூடியது. அம்மா ஆஸ்திரேலியாவில் வசிக்கிறார். அவரது சதிகளும் தமிழ் வாசகனுக்குப் புதியவை. ஒரு விமானம் லாஸ் ஏஞ்சலீஸி லிருந்து சிட்னி போகிறது. நீண்ட பயணம். இடையில் சர்வதேசத் தேதிக்கோடு வருகிறது. அதில் ஒரு சனிக்கிழமை காணாமல்போகிறது. கதையில் வரும் சிறுமிக்கு மனிதர்கள் வரைந்த இந்தக் கோடும் அவர்களின் சூழ்ச்சியும் புரியவில்லை. அடக்கமாட்டாமல் அவளுக்கு கண்ணீர் பெருகுகிறது. ஒரு சர்வதேசக் கதையை வாசகனின் தோளில் கைபோட்டுக்கொண்டு சொல்லி முடித்து விடுகிறான் முத்துலிங்கத்தின் நவீனக் கட்டியங்காரன்.

○

முத்துலிங்கத்தின் கதைகளில் சொல்லப்பட்ட வரிகளுக்கிடையில் வாசகன் உய்த்து உணர்ந்துகொள்ள ஏதுவாக விடப்பட்டிருக்கும் சொல்லப்படாத வரிகளும் இருக்கும். ‘தாழ்ப்பாள்களின் அவசியம்’ அப்படியான கதை. மகனைப் பார்க்கக் கனடா வரும் அம்மாவுக்கு அங்கே நம்ப முடியாத பல விஷயங்கள் இருக்கின்றன. மகன் வசிக்கும் வீட்டின் வெளிக் கதவிற்குத் தாழ்ப்பாள் இல்லை. படுக்கையறைக்கும் குளியலறைக்கும் பூட்டு இல்லை. குளிர்சாதனப் பெட்டிக்குக்கூடப் பூட்டு இல்லை. வெளிக்கதவிற்குத் தாழ்ப்பாள் இல்லாததால் அம்மாவிற்குக் கெட்ட கனவுகள் வருகின்றன. பழைய சாமான் கடையில் இரண்டு தாழ்ப்பாள்களை வாங்கிப் பூட்டிய பிறகுதான் அம்மாவுக்கு நித்திரை வருகிறது. மகனுக்கு அம்மாவிடம் சில வருத்தங்கள் இருக்கின்றன. வீட்டிற்கு வரும் பிராச்சாரகர்களை அம்மா அனுமதிக்கிறார், அவர்களுக்குப் பாசத்தோடு பணிவிடை செய்கிறார். வீட்டுத் தொலைபேசியில் வரும் அழைப்புகளை ஏற்க வேண்டாம், விற்பனைக்காரர்களும் நன்கொடை யாசிப்பவர்களும்தான் வீட்டுத் தொலைபேசியில்

அழைப்பார்கள் என்கிறான் மகன். ஆனால் அம்மாவால் வீட்டுக்கு வரும் அழைப்புகளை எடுக்காமல் இருக்க முடிவ தில்லை. குளிர்பானப் பெட்டியைப் பூட்டக் கூடாது, கதவுகளைத் திறக்கக் கூடாது, விருந்தினரை உள்ளே அழைக்கக் கூடாது என்கிற கட்டுப்பாடுகளை அம்மாவால் ஏற்க முடியவில்லை. அவர் ஊருக்குத் திரும்பிவிடுகிறார். இந்தக் கதையில் அம்மா தாழ்ப்பாள் வேண்டும் என்கிறார். மகன் வேண்டாம் என்கிறான். இதுதான் கதையில் காணக் கிடைக்கிறது. ஆனால் உண்மையில் அம்மாவின் மனம் விசாலமானது. அது அன்பாலும் கனிவாலும் நிரம்பியது. மகன் விருந்தினர்களை அனுமதிப்பதில்லை. தொலைபேசி அழைப்புகளைப் பொருட்படுத்துவதில்லை. அவன் மனம் மூடுண்டு இருக்கிறது. அதில் தாழ்ப்பாள் இடப்பட்டிருக்கிறது. இப்படிக் கதையை வாசிக்கும் சாத்தியத்தை யும் ஆசிரியர் வாசகனுக்கு அளிக்கிறார். ஒவ்வொரு கதையிலும் வாசகன் இப்படியான சொல்லப்படாத வரிகளைக் கண்டுணர முடியும்.

கதை யாருடைய பார்வைக் கோணத்தில் சொல்லப் படுகிறதோ அவருக்கு எதிரான கூற்றையும் கதைக்குள்ளே பொதிந்து வைக்கிற சாகசத்தை ஆசிரியர் சில கதைகளில் நிகழ்த்துகிறார். 'தில்லையம்பலப் பிள்ளையார் கோவில்' அப்படியான ஒரு சிறுகதை. ஒரு சிறுவன்தான் கதைசொல்லி. அவனது சாமர்த்தியமான பேச்சுக்குப் பின்னால் இருக்கும் கள்ளமும் விஷமும் சதியும் வாசகனுக்குப் பிடிபட்டுவிடும். கதை சொல்லிக்கு எதிரான வாதங்களை அவனது வாய்மொழிக்கு இடையிலான வரிகளில் ஆசிரியர் பொதிந்து வைத்துவிடுகிறார்.

❍

முத்துலிங்கம் தமிழின் நவீன எழுத்தாளர்களில் ஒருவர். தொண்ணூறுகளிலேயே கணினியையும் ('கம்ப்யூட்டர்') வையக விரிவு வலையையும் ('தொடக்கம்') தனது கதைகளுக்குள் கொண்டு வந்தவர். அவரது கதைகள் பலவற்றிலும் கணினி இடம் பெறும். அவன் விநோதினியிடமிருந்து ஒரு பதிலுக்காகக் காத்திருக்கிறான். அதற்கு ஆசிரியர் சொல்லும் உவமை இது: 'கணினியில் மின்நுனி ஒளிர்ந்து ஒளிர்ந்து அடுத்த வசனத்துக்குக் காத்து நிற்பது போலக் காத்து நின்றான்' ('அது நான்தான்'). அமண்டா அதி விரைவாகத் தட்டச்சு செய்வாள். ஆசிரியர் அதை இப்படிச் சொல்கிறார்: 'மரங்கொத்திகள் கொத்துவதுபோல 101 விசைகளில் அவள் விரல்கள் வேகமாக ஓடின' ('சூனியக்காரி யின் தங்கச்சி'). மதியின் விரல்கள் மெலிந்த சிறிய விரல்கள். அது ஆசிரியரிடமிருந்து இப்படி வெளிப்படுகிறது: 'அவளது

விரல்கள் வேகவேகமாக விசைப்பலகையில் விளையாடுவதைப் பார்த்தான். அவளுடைய விரல் ஒரு விசையைத் தொடும்போது அந்த விசையில் மீதி இடம் நிறைய இருப்பதாகச் சொன்னான்' ('அமெரிக்கக்காரி'). தங்கராசா நிரல் எழுதுவதில் வலு கெட்டிக்காரர். *Backspace* விசையை ஒடித்துவிட்டுக் கணினி நிரல் எழுதும் வல்லமை படைத்தவர் ('ஐந்தாவது கதிரை').

முத்துலிங்கத்தின் வாசகப் பரப்புக்கு இந்த நவீனத்துவம்தான் காரணம் என்பது சிலரின் கருத்து. அவரது கதைகளில் உள்ள சுவாரசியம்தான் அவரைத் தொடர்ந்து படிக்கத் தூண்டுகிறது என்பது பரவலான கருத்து. அவரது கதைகளில் பயிலும் பகடிக்கும் நமுட்டுச் சிரிப்பிற்கும் ரசிகர்கள் பலர். முத்துலிங்கம் தமிழ் மண்ணின் பாடுகளைக் குரலை உயர்த்தாமல் சொல்வது பலருக்குப் பிடித்திருக்கிறது.

அவரது கதை வெளி கனடா, அமெரிக்கா, ஆப்கானிஸ்தான், பாகிஸ்தான், சூடான், சோமாலியா, சியாரா லியோன் என்று விரிகிறது. புலம் பெயர்ந்து வாழ்பவர்களில் தங்கள் பிறந்த மண்ணின் அடையாளங்களைத் தக்க வைத்துக்கொள்கிறவர்கள் உண்டு. புலம் பெயர்ந்த மண்ணின் அடையாளங்களைச் சுவீகரித்துக் கொள்கிறவர்களும் உண்டு. இரண்டிலிருந்தும் தங்களுக்கு வேண்டுவனவற்றை எடுத்துக்கொள்கிறவர்களும் உண்டு. இரண்டிற்கும் இடையில் ஊசலாடுபவர்களும் உண்டு. இவற்றையெல்லாம் முத்துலிங்கம் இலக்கியமாக்குகிறார். அது வாசகர்களை ஈர்க்கிறது.

ஆக, முத்துலிங்கத்தின் கதைகளில் சுவாரசியம் இருக்கிறது. எளிமை இருக்கிறது. நவீனம் இருக்கிறது. அங்கதம் இருக்கிறது. புலம் பெயர்ந்தோரின் அலைந்துழல்வும் அடையாளச் சிக்கலும் இருக்கின்றன. தமிழ் இருக்கிறது. சர்வதேசியம் இருக்கிறது. அவரது எழுத்துகள் வாசகரைக் கண்ணியப்படுத்துகின்றன. இவை எல்லாவற்றையும்விட நான் முக்கியமாகக் கருதுவது அவரது கதைகளில் உண்மை இருக்கிறது. இந்த நம்பகத்தன்மை, இந்தத் தொகை நூலில் உள்ள கதைகளை இன்னும் பல ஆண்டுகளுக்கு வாசகர்களின் மனதிற்கு நெருக்கமாக வைத்திருக்கும்.

'புவியீர்ப்புக் கட்டணம்'/காலச்சுவடு தமிழ் கிளாசிக் சிறுகதைகள்/ காலச்சுவடு பதிப்பகம் (ஜனவரி 2022)/ஆசிரியர்: அ. முத்துலிங்கம்/ தொகுப்பாசிரியர்: மு. இராமனாதன்

அருஞ்சொல்.காம் 22.2.22

2

முத்துலிங்கத்துடன் ஒரு பயணம்

எப்போதாவது நான் டில்லிக்குப் போவதுண்டு. அது முக்கியமில்லை. 2012ஆம் ஆண்டில் ஒரு முறை சென்னையிலிருந்து டில்லிக்குப் போய் வந்தேன். அந்தப் பயணம் எனக்கு முக்கிய மானது. ஏனெனில், அந்தப் பயணத்தில் என்னுடன் அ. முத்துலிங்கம் கூட வந்தார். ஆனால், அவர் என்னுடன் வந்தது யாருக்கும் தெரியாது. அவருக்கே தெரியாது.

அப்போது எழுத்தாளர் 'பயணி தரன்' தில்லியில் பணியாற்றிக்கொண்டிருந்தார். அவர் என் நண்பர். பயணியும் அவர் நண்பர்களும் 'தில்லிகை' என்றோர் இலக்கிய அமைப்பைத் தொடங்கி நடத்தி வந்தார்கள். பயணி என்னை ஒரு கூட்டத்திற்கு அழைத்து, முத்துலிங்கத்தைப் பற்றிப் பேசச் சொன்னார். முத்துலிங்கம் எனது ஆதர்ச எழுத்தாளர். அது நண்பருக்குத் தெரியும். நண்பரின் அழைப்பை ஏற்பதில் எனக்கு மகிழ்ச்சிதான். எனது சம்மதத்தைத் தெரிவிப்பதற்கு நான் நண்பரிடம் ஒரு சம்பிரதாயமான கேள்வியைக் கேட்டிருக்க வேண்டும். 'கரும்பு தின்னக் கூலியா?'. ஆனால் நான் அப்படிக் கேட்கவில்லை. ஏனெனில், பயணி என்னை முத்துலிங்கத்தைப் பற்றிப் பேச அழைக்கிறார். இதுபோன்ற சொற்றொடர்கள் பழகிப்

பழகித் தேய்ந்து போனவை. தேய்வழக்குகள். முத்துலிங்கத்துக்கும் தேய்வழக்குகளுக்கும் ஆகிவருவதில்லை.

கரும்பும் கூலியும்

முத்துலிங்கம் பல ஆங்கில எழுத்தாளர்களையும் ஆளுமைகளையும் நேர் கண்டிருக்கிறார். அந்த நேர்காணல்களின் தொகை நூல் "வியத்தலும் இலமே" (காலச்சுவடு பதிப்பகம், 2006). அதில் டேவிட் செடாரிஸ் எனும் எழுத்தாளர் தனது எழுத்தில் தன்னை மீறிச் சில தேய்வழக்குகள் நழுவிவிடுவதாக வருத்தப்படுகிறார். ஆனால் முத்துலிங்கம் தேய்வழக்குகளைத் தனது எழுத்தில் அனுமதிப்பதில்லை. அந்த நூலில் ஓர் ஓட்டக்காரியின் நேர்காணல் கட்டுரை இடம்பெறுகிறது. அதில் தனக்குத் தெரிந்த ஒரே ஓட்டக்காரரான தனது கிராமத்தைச் சேர்ந்த ஆறுமுகதாஸை அறிமுகப்படுத்துகிறார் முத்துலிங்கம். ஆறுமுகதாஸின் எட்டுச் சுற்றுக்கள் கொண்ட ஒரு மைல் ஓட்டத்தை அவர் இப்படி வருணிக்கிறார்: 'ஓட்டம் தொடங்கியதும் ஆறுமுகதாஸ் ஆற அமரப் புறப்படுவார். எல்லோரையும் முன்னால் விட்டு தனக்குப் பின்னால் யாரும் வராமல் பார்த்துக்கொள்வார். ஏழாவது சுற்று முடிந்ததும் மனுசன் அம்பு போலப் புறப்படுவார். ஒவ்வொருவராகத் தாண்டி முன்னேறி வருவார். முதலாவதாக ஓடுபவரை ஒரு டிராமா காட்டுவதற்காகக் கடைசி பத்து செகண்டில் முந்தி வெற்றியீட்டுவார். சனங்களின் ஆரவாரம் அப்போது செவ்வாய்க் கிரகத்தை எட்டும்.'

ஆரவாரம் எப்போதும் விண்ணை எட்டித்தான் அல்லது முட்டித்தான் நமக்குப் பழக்கம். அப்படிச் சொல்லியிருந்தால் அந்த வாக்கியம் இன்னுமோர் தேய்வழக்காக முடிந்திருக்கும். ஆனால், ஆரவாரம் பூமிக்கோளத்தையும் விண்ணையும் தாண்டிப் பக்கத்துக் கிரகத்தை எட்டுவதால் அந்த வாக்கியத்தின் தரம் உயர்ந்துவிடுகிறது.

ஆகவே, நண்பர் 'தில்லிகை' கூட்டத்தில் பேச அழைத்த போது நான் கரும்புக் கட்டை இறக்கவில்லை, கூலிப் பிரச்சினையையும் எழுப்பவில்லை. மாறாகச் சம்மதம் மட்டும் சொன்னேன். இப்படியாக டில்லிப் பயணம் தொடங்குவதற்கு முன்னதாகவே முத்துலிங்கம் என்னோடு சேர்ந்துகொண்டார்.

உக்கோவின் தெரிவுகள்

நான் அலுவலக வேலை ஒன்றையும் இந்தப் பயணத்தில் சேர்த்துக்கொண்டேன். முதல் நாள் தில்லிகை கூட்டம், அடுத்த

நாள் அலுவலகம். இரண்டு நாட்களுக்கான உடை, மூன்று கோப்புகள், கூடவே "மகராஜாவின் ரயில் வண்டி" சிறுகதைத் தொகை நூல் (காலச்சுவடு, 2001). இந்த நூலில் இருப்பவை 20 கதைகள். அதில் மூன்று கதைகளைப் பற்றிப் பேசுவதாகத் திட்டம் வைத்திருந்தேன். அதற்காக ஏழு கதைகளைக் குறும்பட்டியலுக்குள் கொண்டு வந்துவிட்டேன். அதிலிருந்து மூன்று கதைகளைப் பயணத்தின்போது தெரிவுசெய்ய வேண்டும்.

மூன்று கோப்புகள், இரண்டு நாள் உடை, ஒரு புத்தகம் எல்லாம் ஒரு சிவப்புப் பைக்குள் அடங்கிவிட்டன. விமானத்தில் பயணப் பொதிகளை இரண்டு வகையாகப் பிரிப்பார்கள். முதலாவது: கைச்சுமை, தலைக்கு மேல் உள்ள பெட்டியில் வைத்துக்கொள்ளலாம். தரையிறங்கியதும் எடுத்துக்கொண்டு வெளியேறலாம். இரண்டாவது சரக்குப் பொதி. அது பயணிகளுக்குப் பின்னாலுள்ள சரக்குப் பெட்டகத்தில் வரும். தரையிறங்கியதும் காத்திருக்க வேண்டும். பொதிகள் ஒரு சுழல் பட்டையில் மிதந்து வரும். நெடுந்தூரப் பயணிகளுக்கு இரண்டு வகைப் பொதிகளும் இருக்கும். நான் குறுந்தூரப் பயணி. எனக்குக் கைச்சுமை மட்டும்தான். அப்படித்தான் நினைத்திருந்தேன். ஆனால் எனக்கொரு சோதனை வந்தது. சென்னையில் இருக்கைச் சீட்டு வழங்கும் பெண்மணி, 'இது கைச்சுமையா சரக்குப் பொதியா' என்று கேட்டார். முற்றிலும் எதிர்பாராத கணத்தில் என் முன் இரண்டு தெரிவுகள் வந்து விழுந்தன.

அப்போது நான் குறைந்தபட்சம் உக்கோவைப் பின்பற்றி யிருக்க வேண்டும். முத்துலிங்கத்தின் 'தீர்வு' ('குதிரைக்காரன்' சிறுகதைத் தொகுதி, காலச்சுவடு பதிப்பகம், 2012) எனும் கதையில் வரும் உக்கோ ஆப்பிரிக்காவின் ஒரு சிறிய கிராமத்தில் வசிக்கும் சின்னப் பையன். பிரச்சினைகளுக்குத் தீர்வு காண, தனக்குத் தானே தெரிவுகளை உண்டாக்கிக்கொள்வான். நூதன முறையில் ஒரு தெரிவை அவனே தேர்ந்தெடுப்பான். ஒருமுறை மருந்துக் கடையில் வேலை பார்ப்பான். ஒரு நோயாளி குறிப்பிட்ட மருந்தைக் கேட்பார். கடையில் இருப்பது காலவதியான மருந்து. அதை விற்பதில் உக்கோவுக்குச் சம்மதமில்லை. 'இப்படியான இக்கட்டான சமயங்களைக் கடந்துபோக உக்கோவிடம் ஒரு யுக்தி இருந்தது. இருபது மட்டும் ஒவ்வொன்றாக எண்ணுவான். அதற்குள் யாராவது புது வாடிக்கையாளர் கதவைத் திறந்து வந்தால் மருந்தை விற்கலாம். வராவிட்டால் கொடுக்கக் கூடாது. வேகமாக எண்ணினான். ஒருவருமே வரவில்லை. மருந்து இல்லையென்று நோயாளியை அனுப்பிவிட்டான்.' அவனுக்கு வேலை போய்விட்டது.

கதையின் கடைசியில் வருகிற பிரச்சனைக்கும் உக்கோ தீர்வுகாண்பது இப்படித்தான். அவனுக்குப் புலமைப் பரிசில் கிடைக்கிறது. நகரத்துக்குப் படிக்கப் போனால் நோயாளி அம்மாவைக் கவனிக்க முடியாது. அம்மாவைக் கவனித்தால் பரிசில் போய்விடும். அவன் பஸ் தரிப்பிடத்திற்கு வந்து விடுகிறான். 'அங்கு ஒருவருமே இல்லை. ஒரு நாய் மாத்திரம் படுத்திருந்தது. வீட்டுக்கு திரும்புவோமா என மனம் தடுமாறியது. அவன் நாயைப் பார்த்தான். அதுவும் அவனை மேல் கண்ணால் பார்த்தது. இன்னும் சில நிமிடங்களில் பஸ் வந்துவிடும். அதற்கு முன்னர் நாய் எழுந்து போனால் அவன் வீட்டுக்குத் திரும்புவான். போகாவிட்டால் அவன் பஸ் ஏறுவான். மூன்று மாதங்களாக அவனை வாட்டியெடுத்த பிரச்சினைக்கு ஒரு தீர்வு கிடைத்தது இப்படித்தான்' என்று கதை முடியும்.

ஆனால் இப்படியான எந்த யுக்தியையும் பயன்படுத்தாமல், நான் உடனடியாகவும் தவறாகவும் முடிவெடுத்தேன். முந்தைய நொடிவரை கைச்சுமையாகக் கருதிய பையை 'சரக்குப் பொதி' என்றேன். மேசையின் மறுபுறம் இருந்த பெண்மணி எனது பையை இடது கையால் பற்றி இழுத்தார், அதில் அனாயாசமாக ஒரு பட்டையைச் சுற்றினார், இருக்கைச் சீட்டைக் கையளித்தார், நல்வாழ்த்தும் சொன்னார். அந்த வாழ்த்து பலிக்கப்போவ தில்லை. அது அவருக்குத் தெரியாது. எனக்கும் தெரியாது.

டில்லியில் பயணப் பொதிகள் சுற்றி வரும் சுழல் பட்டையின் முன் காத்திருந்தேன். பயணிகள் ஒவ்வொருவராக அவரவர் பொதிகளை இழுத்துக்கொண்டும் தள்ளிக்கொண்டும் போனார்கள். எனது பை வரவே இல்லை. கடைசியாகச் சுழல் பட்டையும் தன் சுழற்சியை நிறுத்திக்கொண்டது. என்னிடத்தில் மாற்றுத் துணி இல்லை. அன்று மாலை இலக்கியக் கூட்டத்திற்குச் சலவை செய்து இஸ்திரி போட்ட காலரில்லாத சாம்பல் ஜிப்பாவும், அடுத்த நாள் அலுவலகத்திற்குக் காலர் வைத்த வெள்ளை முழுக்கைச் சட்டையும் பைக்குள் இருந்தன. அலுவலகக் கோப்புகளும் இருந்தன. நல்வாய்ப்பாக 'மகாராஜா' புத்தகத்தை மட்டும் கையில் எடுத்துக்கொண்டிருந்தேன்.

இப்போது விமான நிறுவனத்தின் அலுவலகத்திற்குப் போனேன். வரவேற்புப் பெண்மணி எனக்கு லோராவை நினைவூட்டினார். லோரா 'கறுப்பு அணில்' ('மகராஜாவின் ரயில் வண்டி' சிறுகதைத் தொகை நூல்) கதையில் வரும் லோகநாதனை அலட்சியப்படுத்தும் பெண். 'மிகவும் செலவு வைக்கக்கூடிய ஓர் அபூர்வமான ஒப்பனைக்காரியால் செதுக்கப்பட்ட மெல்லிய புருவங்களை உயர்த்திச் சுழித்தபடி' பேசுவாள். டில்லி விமான

நிறுவனப் பெண்ணும் அப்படியே பேசினார். புருவங்களைக் காட்டிலும் அவரை வித்யாசப்படுத்தியது உதட்டுச் சாயம். மற்ற டில்லிப் பெண்களைப் போல் அவர் சிவப்புச் சாயம் பூசவில்லை. பத்மாவதியைப் ('ஐந்தாவது கதிரை', 'மகாராஜாவின் ரயில் வண்டி' தொகுப்பு) போல் 'கபில நிறத்துக்கும் கறுப்பு நிறத்துக்கும் இடைப்பட்ட ஒரு பெயர் தெரியாத வர்ணத்தை' பூசியிருந்தார்.

'அம்மா, என் பொதி வந்து சேரவில்லை' என்றேன். நான் சொல்லுவதை மிகக் கரிசனத்துடன் கேட்டார். இல்லை, அப்படியாக அபிநயித்தார். பிறகு யாருடனோ அவருக்கே கேட்காத சன்னமான குரலில் பேசினார். சிறிது நேரம் கழித்துச் சொன்னார்: 'சென்னையிலிருந்து எங்கள் நிறுவனத்தின் இரண்டு விமானங்கள் கிட்டத்தட்ட சமகாலத்தில் புறப்படுகின்றன. ஒன்று டில்லிக்கு, மற்றது புவனேஸ்வருக்கு. உங்கள் பொதி புவனேஸ்வருக்குப் போயிருக்கலாம். உங்கள் டில்லி முகவரியைக் கொடுத்துவிட்டுப் போங்கள். அனுப்பிவைக்கிறோம்.' எனக்கு சினம் தலைக்கேறியது. (தேய்வழக்குகளைப் பற்றிக் கவலைப்பட இதுவா நேரம்?).

'அம்மா, எப்போது கிடைக்கும்?'

'புவனேஸ்வரத்திலிருந்து டில்லிக்கு வரும் அடுத்த விமானத்தில் வந்துவிடும், ஐயா'.

'அதுதான் எப்போது வரும் அம்மா?'

'ஐயா, இன்றிரவு ஏழு மணிக்கு'.

எனது இலக்கியக் கூட்டம் மாலை ஆறு மணிக்குத் தொடங்கும். நான் வெளிர் சிவப்பும் அடர் கறுப்பும் மாறி மாறிப் பட்டையாகத் தீட்டப்பட்டிருந்த டீ ஷர்ட் அணிந்திருந்தேன். அப்படி ஒரு சட்டையுடன் ஒரு வெளியூர்க் கூட்டத்தில் மேடையேறிப் பேசுவேன் என்று நான் கனவிலும் கருதிய தில்லை. இப்போது வேறு வழி இருப்பதாகத் தெரியவில்லை. 'அம்மா, இந்தப் பொதியை இன்றிரவே நான் தங்குமிடத்திற்கு அனுப்பி வைக்க முடியுமா?' என்று கேட்டேன். 'ஐயா, இதைவிட எங்களுக்கு வேறு என்ன வேலை இருந்துவிட முடியும்?' இதைச் சொல்லும்போது அவர் முகத்தில் சிரிப்பு மாறாமல் இருந்தது. அன்று மாலை நான் டீ ஷர்ட் சகிதம் பேசினேன். இந்த முறை எனக்குத் தெரிவுகள் இல்லை. உக்கோவும் என் உதவிக்கு வரவில்லை. பிற்பாடு பயணி அந்த உரையை யூடியூபில் வலையேற்றினார். எனது ஹாங்காங் நண்பர் ஒருவர் நான் டில்லியில் தமிழ்க் கொடியைப் பறக்கவிடுவதாகப்

இது முத்துலிங்கத்தின் நேரம்

பாராட்டினார். அந்த ஒரு வரியில் அவர் கொஞ்சம் பொடியும் வைத்திருந்தார். அவரும் முத்துலிங்கத்தின் வாசகர். ஒரு கதையை எழுத்தாளன் அல்ல, வாசகர்தான் முடித்துக்கொள்ள வேண்டும் என்ற முத்துலிங்கத்தின் கொள்கையை ஆதரிப்பவர். அதைத் தனது மேற்படி ஒற்றை வரியிலும் பயன்படுத்தியவர். அவர் கொடி என்று சொன்னது நான் அணிந்திருந்த சட்டையையும் குறிக்கும்.

மூன்று உலகங்கள்

அன்றைய உரையில் நான் முத்துலிங்கத்தின் படைப்புகளை மூன்றாகப் பிரித்துக்கொண்டேன். இலங்கைக் கதைகள், இலங்கைத் தமிழர் இடம்பெறும் வெளிநாட்டுக் கதைகள், வெளிநாட்டுக் கதைகள் ஆகியன. மூன்று வகைக் கதைகளுக்கு மூன்று எடுத்துக்காட்டுகளையும் சொன்னேன். அவை: முறையே அம்மாவின் பாவாடை, தொடக்கம், நாளை ஆகியவை. எனது குறும்பட்டியலிலிருந்து இந்த மூன்று கதைகளையும் 30,000 அடி உயரத்தில் நான் தெரிவுசெய்திருந்தேன்

இந்த மூன்று கதைகளும் ‘மகராஜாவின் ரயில் வண்டி’ நூலில் இடம் பெற்றிருக்கின்றன. முத்துலிங்கம் எழுதியிருக்கும் எல்லாச் சிறுகதைகளையும் இந்த மூன்று வகைப்பாட்டில் அடக்கிவிடலாம். ஆனால் ஒவ்வொரு கதையும் ஒவ்வொரு விதமானது. இப்படி விதம் விதமாகக் கதை சொல்வது ஒரு சவால். இந்தச் சவாலை போதபூர்வமாக மேற்கொள்கிறார் முத்துலிங்கம். ‘குதிரைக்காரன்’ தொகுப்பின் முன்னுரையில் அவர் சொல்கிறார்: ‘நூறு தேர்க்கால்கள் செய்த ஒரு தச்சருக்கு 101வது தேர்க்கால் செய்வது எத்தனை சுலபம்? நூறு குதிரைகளை அடக்கிய வீரனுக்கு 101வது குதிரையை அடக்குவது எத்தனை சுலபம்? 100 ரோஜாக்கன்று நட்டு வளர்த்தவருக்கு 101வது ரோஜாக்கன்றை வளர்த்து எடுப்பது எத்தனை சுலபம்? ஆனால் கதைகள் அப்படியல்ல. 100 கதைகள் எழுதிய ஒருவருக்கு 101வது கதை எழுதுவது அத்தனை எளிதாக இருப்பதில்லை; உண்மையில் மிகவும் கடினமானது. அது ஏற்கனவே எழுதிய நூறு கதைகளில் சொல்லாதது ஒன்றைச் சொல்ல வேண்டும்’. இந்தச் சொல்லாத ஒன்றைத்தான் தனது அடுத்தடுத்த படைப்புகளில் முத்துலிங்கம் சொல்கிறார்.

இயல் விருது

தமிழ்ச் சமூகத்திற்கு அவரது கொடை எழுத்து மட்டுமில்லை. கனடாவின் தமிழ் இலக்கியத் தோட்டத்தில் முன்கை எடுத்துச் செயல்படுபவர் முத்துலிங்கம். 2001ஆம் ஆண்டு

முதல் தமிழ் இலக்கியத் தோட்டத்தின் சார்பில் ஆண்டுதோறும் இலக்கியச் சாதனையாளர்களுக்கு இயல் விருது வழங்கப்படுகிறது. மற்ற பல விருதுகளைப் போல இது படைப்பாளிகளுக்கு மட்டுமானதில்லை. விருது பெறுபவர் விமர்சகராகவோ, கல்வியாளராகவோ, நூல் வெளியீட்டாளராகவோ, வேறு ஏதேனும் ஒரு வகையில் தமிழுக்குத் தொண்டாற்றியவராகவோ இருக்கலாம்.

இந்த இயல் விருது, அது தொடங்கப்பட்ட 2001ஆம் ஆண்டில் சுந்தர ராமசாமிக்கு வழங்கப்பட்டது. அவரது படைப்புகள் வாசக உலகில் பெரும் உரையாடலை உருவாக்கிய போதும் அவருக்கான பெரிய அளவிலான முதல் விருது இயல் விருதுதான். அடுத்து வந்த ஆண்டுகளில் இந்த விருதைப் பெற்றவர்கள் பெரும் ஆளுமைகள். வெங்கட் சாமிநாதன் விமர்சகர். பத்மநாப ஐயர் இலக்கிய ஆர்வலர், பதிப்பாளர். ஜார்ஜ் எல். ஹார்ட் தமிழ்ப் பேராசிரியர். ஏ.சி. தாசீசியஸ் நாடகக் கலைஞர். லட்சுமி ஹோம்ஸ்ட்ராம் மொழிபெயர்ப்பாளர். கோவை ஞானி மார்க்சிய அறிஞர். ஐராவதம் மகாதேவன் கல்வெட்டு ஆய்வாளர். தியடோர் பாஸ்கரன் திரைப்பட வரலாற்றாளர், சூழலியல் ஆர்வலர், மயூரநாதன் தமிழ் விக்கிப்பீடியாவின் முன்னோடிகளுள் ஒருவர். சு. வெங்கடேசன் அரசியலரும் எழுத்தாளரும் ஆவார். அம்பை, எஸ். பொன்னுத்துரை, எஸ். ராமகிருஷ்ணன், நாஞ்சில் நாடன், டொமினிக் ஜீவா, ஜெயமோகன், சுகுமாரன், வண்ணதாசன், இமையம் முதலியோர் எழுத்தாளர்கள். 2021ஆம் ஆண்டுக்கான விருதைப் பெறுபவர் வரலாற்று ஆய்வாளர் ஆ.இரா. வேங்கடாசலபதி. வேறு எந்தத் தளத்திலும் தமிழுக்குக் காத்திரமான பங்களித்த இப்படியான பன்முக வல்லுநர்கள் பெருமைப்படுத்தப்பட்டதில்லை.

தமிழ் இருக்கை

2018ஆம் ஆண்டு அமெரிக்காவில் உள்ள ஹார்வர்டு பல்கலைக்கழகத்தில் தமிழ் இருக்கை அமைக்கப்பட்டது. அந்தப் பணியில் மருத்துவர் விஜய் ஜானகிராமன் உள்ளிட்டோருடன் இணைந்து உலகெங்கிலும் உள்ள தமிழர்களிடமிருந்து நிதி திரட்டியவர் முத்துலிங்கம்.

அடுத்து கனடாவின் டொரோன்டா பல்கலைக்கழகத்தில் தமிழ் இருக்கை அமைப்பதிலும் முத்துலிங்கத்தின் பங்களிப்பு தொடர்கிறது. இதற்கான 3 மில்லியன் கனடிய டாலர் (₹18 கோடி) திரட்டப்பட்டுவிட்டது.

பழுப்பு இனிப்பு

முத்துலிங்கத்துடனான வாசகரின் பயணம் தொடர்ச்சியானது. அது நமக்குப் படைப்பிலக்கியத்தில் புதிய சாளரங்களைத் திறக்கிறது. அதன் களம் அமெரிக்கா, கனடா, ஆப்பிரிக்கா, ஐரோப்பா, இலங்கை, இந்தியா என்று மாறிக்கொண்டே இருக்கிறது. எனில் மனித குலத்தின் ஆதாரப் பண்பான மனித நேயமே அவரது எழுத்தில் துலக்கம் பெறுகிறது. ஜீவ தயையும் சூழலியல் அக்கறையும் ஊடும் பாவுமாகக் கலந்திருக்கிறது. அவரது எழுத்தில் பொதிந்திருக்கும உழைப்பு அபாரமானது.

இதற்கு ஒரு கதை இருக்கிறது. எண்பதுகளில் அமெரிக்காவில் பிரபலமான ஓர் இசைக்குழு இருந்தது. பெயர் வான் ஹெலன் இசைக்குழு. அமெரிக்காவின் பிரபல நகரங்களில் எல்லாம் இந்தக் குழு இசை நிகழ்ச்சிகள் நடத்தியிருக்கிறது. ஒவ்வொரு ஊரிலும் நிகழ்ச்சியை ஏற்பாடு செய்பவர்களின் திறமையிலும் ஒத்துழைப்பிலுமே தங்கள் நிகழ்ச்சியின் வெற்றி இருக்கிறது என்பதை இந்தக் குழுவின் தலைவர் நன்கு அறிந்திருந்தார். ஆகவே அவர் விழாக்காரர்கள் கடைப்பிடிக்க வேண்டிய நிபந்தனைகளை நீண்ட பட்டியலாகப் போட்டார். அந்த ஒப்பந்தத்தில் ஒன்று இப்படி இருந்தது. 'இசைக்குழு தங்கும் ஹோட்டல் அறையில் 5 றாத்தல் எம்&எம் இனிப்பு வகை எல்லா நிறங்களிலும் (பச்சை, சிவப்பு, மஞ்சள், நீலம்) இருக்கவேண்டும். ஆனால் பழுப்பு நிறத்தில் இருக்கக் கூடாது.'

குழுவின் தலைவர் ஹோட்டலுக்கு வந்ததும் செய்யும் முதல் வேலை ஐந்து றாத்தல் இனிப்பு எல்லா நிறங்களிலும் இருக்கிறதா என்று பார்ப்பது. பின்னர் பழுப்பு நிற இனிப்பு ஒன்றாவது அகப்படுகிறதா என்பதைக் கிளறிக் கிளறிப் பார்ப்பார். தப்பித் தவறி ஒரு பழுப்பு நிற இனிப்பு அகப்பட்டால் ஒப்பந்தத்தை முறித்துக்கொண்டு போய்விடுவார்.

ஏன்? பல வருடங்களுக்கு பிறகு தலைவர் பதில் சொன்னார். 'நாங்கள் கொடுக்கும் இசை நிகழ்ச்சி உத்தமமாக இருக்கவேண்டும். எங்களுக்குத் திருப்தியாக அமைய வேண்டும். ஆனால் அழைப்பவர்களின் மேடை ஒத்துழைப்பு இல்லாமல் எவ்வளவு முயற்சி எடுத்தாலும் நிகழ்ச்சி வெற்றிபெறுவதில்லை. ஆகவே இதைத் தவிர்ப்பது எப்படி? அதற்காகத்தான் இந்த நிபந்தனை. பழுப்பு இனிப்பு தட்டுப்பட்டால் நிகழ்ச்சியை நடத்த மாட்டோம். அவர்கள் ஒப்பந்தத்தை நுணுக்கமாகப் படிக்கவில்லை என்று அர்த்தம். ஒரு சின்னக் காரியத்தை செய்ய

முடியாதவர்கள் ஒரு பெரிய காரியத்தை எப்படி சரியாகச் செய்வார்கள்?'

இந்தக் கதையை முத்துலிங்கம்தான் சொல்கிறார். ('பழுப்பு இனிப்பு', 'ஒன்றுக்கும் உதவாதவன்' கட்டுரைத் தொகுப்பு, உயிர்மை பதிப்பகம், 2011)[1] அவருக்கு நல்ல படைப்பின் பெறுமதி தெரியும். ஆகவே தனது ஒவ்வொரு படைப்பையும் அவர் பழுப்பு இனிப்புப் பரீட்சைக்கு உட்படுத்துகிறார். அவரது படைப்புகள் பல றாத்தல் எடை உள்ளவை. ஆனால் அதில் தேவையற்ற ஒரு பழுப்பு நிற இனிப்பையும் காண முடியாது. இந்தக் கச்சிதமும் உழைப்புமே அவருக்கு வாசகர் திரளைக் கொண்டுவந்து சேர்க்கிறது. பாராட்டுகளையும் விருதுகளையும் கொண்டுவருகிறது. அப்படியானதுதான் விஜயா வாசகர் வட்டம் வழங்கும் 2022ஆம் ஆண்டிற்கான கி.ரா. விருது.

இந்த இடத்தில் முத்துலிங்கம் சொன்ன ஒரு நிகழ்வு நினைவுக்கு வருகிறது. டொரோன்டோ பல்கலைக்கழகத்தில் தமிழ் இருக்கை அமைப்பதற்காகத் தமிழர்கள் மட்டுமில்லை, பல்வேறு நாட்டினரும் நிதி திரட்டும் பணியில் தங்களை இணைத்துக்கொண்டனர். ஏன்? ஓர் இத்தாலிய மாணவி முத்துலிங்கத்திடம் சொன்ன பதில் இது: '2500 ஆண்டுகளாக வாழும் தமிழ் மொழிக்கு ஓர் இருக்கை; அது பல்கலைக் கழகத்துக்குப் பெருமையல்லவா?'("இங்கே நிறுத்தக் கூடாது", நற்றிணை பதிப்பகம், 2019). தமிழ் இருக்கை அமைந்தால் அது தமிழுக்குப் பெருமைதான். கூடவே அது அந்த இருக்கை அமைந்திருக்கும் பல்கலைக்கழகத்திற்கும் பெருமை என்கிறார் அந்த மாணவி.

அது போலவே, கி.ரா. விருதால் முத்துலிங்கத்திற்குப் பெருமை. முத்துலிங்கத்தால் கி.ரா.விருதுக்குப் பெருமை.

காலச்சுவடு, ஜூலை 2022

1. கடவுளுக்கு வேலை செய்பவர் (காலச்சுவடு, 2022) தொகுப்பிலும் படிக்கலாம்.

3

முத்துலிங்கத்தின் காலப்பிழை

காலம் ஒரு கயிற்றரவு? – இப்படிக் கேட்டவர் புதுமைப்பித்தன். கயிறு அரவாகவும் அரவு கயிறாகவும் காட்சியளிக்கிற தோற்றப்பிழைதான் கயிற்றரவு. "இன்று – நேற்று – நாளை என்பது எல்லாம் நம்மை ஓர் ஆதார எண்ணாக வைத்துக்கொண்டு கட்டி வைத்துப் பேசிக்கொள்ளும் சவுகரியக் கற்பனைதானே." – உச்சிப் போதில் பனை மூட்டினடியில் குந்தி உட்கார்ந்திருக்கும் பரமசிவம் பிள்ளை இப்படி நினைத்துக்கொள்வார். 'கயிற்றரவு' (1948) கதை இப்படித்தான் தொடங்கும். காலமும் நேரமும் அளவைகளும் மதிப்பும் இன்னபிறவும் மனிதன் உண்டாக்கியவை. புவியியல் அறிவியல் விதிகளும் அதற்கேற்ப உருவாக்கப்பட்டவை 'கயிற்றரவு' தமிழ்ச் சூழலில் மிகுதியும் வேதாந்தமாகவும் மாயாவாதமாகவுமே விரித்துப் பொருள் கூறப்பட்டது. கதை தொட்டுச் செல்லும் புவியியலையும் அறிவியலையும் யாரும் பேசியிருக்கிறார்களா என்று தெரியவில்லை. புதுமைப்பித்தனைப் போலவே இந்தக் காலப் பிழையைக் கதையாடல் ஆக்கியவர் அ. முத்துலிங்கம். இரண்டாமவரது கதைகள் அயல் தேசங்களில் பயணிப்பதால், அவை இந்தக் காலமும் நேரமும் நாடுகளுக்கிடையில் உண்டாக்கி வைத்திருக்கும் கால வித்தியாசத்தையும், அது எளிய மனிதர்களுக்கு உண்டாக்கும் இன்னல்களையும் பேசுகிறது.

மு. இராமநாதன்

முத்துலிங்கத்தின் எழுத்துகள் புலம்பெயர் வாழ்வின் சிக்கல்களையும், சிறப்புகளையும் ஒருங்கே சொல்லிச் செல்பவை. புலம்பெயர் மண்ணில் பிடுங்கி நடப்படும் நாற்றுகளில் பலவும் வேர் பிடிப்பதில் உள்ள சவால்களை விவரிப்பவை. இந்தச் சவால்களில் உருக்கும் குளிர் இருக்கும். பற்றாக்குறை ஆங்கிலம் பாடாய்ப்படுத்தும். நிற வேற்றுமையும் நாடற்றுப் போவதன் துயரமும் இடம்பெறும். இவற்றுடன் காற்றில் வரையப்பட்டிருக்கும் தீர்க்கக் கோடுகளும் கதாபாத்திரங்களாக மாறும். அவை உருவாக்கும் கால வித்தியாசமும் கதைகளின் பேசுபொருளாகும்.

கண்ணுக்குத் தெரியாத சர்வதேசத் தேதிக் கோடு

முத்துலிங்கத்தின் புகழ் பெற்ற கட்டுரை 'அங்கே இப்ப என்ன நேரம்?' ("அங்கே இப்ப என்ன நேரம்?" கட்டுரைத் தொகுப்பு, தமிழினி, 2004). முத்துலிங்கம் சூடானில் பணியாற்றியபோது உடன் பணியாற்றியவர் அலி. அவருக்கு நேர வித்தியாசம் பிடிபடுவதேயில்லை. வெளிநாடுகளில் இருந்து நடுச்சாமத்தில் அழைப்பார். மாறாக 'அமெரிக்கக்காரி' ("அமெரிக்கக்காரி" சிறுகதைத் தொகுப்பு, காலச்சுவடு, 2009) கதையில் வரும் அம்மா படிக்காதவர். அமெரிக்காவில் படிக்கும் மதியுடன் இரண்டு மாதங்களுக்கு ஒருமுறை பட்டணத்திலிருந்து அழைத்து மூன்று நிமிடம் பேசுவார். சரியாக மாலை ஆறு மணிக்கு அந்த அழைப்பு வரும். அம்மா தன் கஷ்டங்களை ஒருபோதும் மதியிடம் சொல்ல மாட்டார். கிராமத்தில் ராணுவம் ஆட்களைக் கொன்று குவித்திருக்கும். அம்மா மூச்சுவிட மாட்டார். அமெரிக்காவிற்கும் இலங்கைக்கும் இடையிலான தூர இடைவெளியும் கால இடைவெளியும் அவரது துயரங்களை மகளுக்குக் கடத்திவிடாமல் காப்பாற்றிவிடும் என்று அவர் நினைத்திருப்பார்.

நாட்டுக்கு நாடு மாறுது காலம்

உலக உருண்டையில் செங்குத்தாக வரையப்பட்டவை தீர்க்கக் கோடுகள். ஒரு வட்டத்திற்கு 360 பாகை. ஒவ்வொரு பாகைக்கும் உலக உருண்டையில் ஒரு தீர்க்கக்கோடு. ஒரு கோட்டைக் கடக்க சூரிய ஒளி எடுத்துக்கொள்ளும் கால அவகாசம் நான்கு நிமிடங்கள். உலக உருண்டையின் மையத்தில் வரையப்பட்டிருக்கும் 0° கோட்டிற்கு, கிரின்விச் மையக்கோடு என்று பெயர். அதன் நேர் மறுபுறம் இருப்பது 180° கோடு. இரண்டு கோடுகளுக்கும் இடையிலலான வித்தியாசம் 720 நிமிடங்கள், அதாவது 12 மணி நேரம். கிரின்விச் கோட்டில் நள்ளிரவாக இருக்கும்போது 180° கோட்டில் நண்பகலாக இருக்கும். உலக

உருண்டை மேற்கிலிருந்து கிழக்காகச் சுற்றுகிறது. அதனால் கிரின்விச் தீர்க்கக்கோட்டிலிருந்து மேற்கே செல்லச் செல்ல நேரம் குறையும். கிழக்கே செல்ல நேரம் அதிகரிக்கும். இப்போது கிரின்விச்சில் ஏப்ரல் 15 நள்ளிரவு என்று வைத்துக் கொள்வோம். 180° தீர்க்கக்கோட்டை நோக்கிக் கிழக்கு மார்க்கமாகப் போனால் அங்கே ஏப்ரல்15 நண்பகலாக இருக்கும். மேற்கு வழியாகப் போனால் நேரம் குறையும், ஏப்ரல் 14 நண்பகலாக இருக்கும். நேரம் ஒன்றுதான், ஆனால் நாள் மாறுகிறது. உலக உருண்டை இந்தக் காலக் கணக்கைப் பற்றிக் கவலையில்லாமல்தான் சுற்றிக்கொண்டிருக்கிறது. ஆனால் மனிதனுக்குக் எல்லா வற்றையும் தன் கட்டுப்பாட்டில் கொண்டுவர வேண்டும். ஆகவே 180° கோட்டிற்கு அவன் பெயர் சூட்டினான். சர்வதேசத் தேதிக் கோடு. அந்தக் கோட்டைக் கிழக்கு வழியாகக் கடந்தால் நாள் கணக்கில் ஒன்று குறையும், மேற்கு வழியாகத் தாண்டினால் ஒரு நாள் கூடும். இப்படி ஒரு விதி எழுதிக்கொண்டான்.

காணாமல்போன சனிக்கிழமை

இதை மையமாக வைத்து எழுதப்பட்ட கதைதான் முத்துலிங்கத்தின் 'மயானப் பராமரிப்பளர்' ("அமெரிக்கக்காரி", காலச்சுவடு, 2009). ஆனால் இந்தக் கதையில் மேலே சொன்ன வியாக்கியானம் எதுவும் இராது. எல்லோரும் பள்ளியில் புவியியல் பாடத்தில் படித்திருப்போம் அல்லவா? ஆகவே அதைத் தொட்டுக்காட்டிவிட்டு கதைக்குள் போய்விடுவார். அது வாசகரைக் கண்ணியப்படுத்துவது.

கதைசொல்லி ஒரு வெள்ளிக்கிழமை மாலை லாஸ் ஏஞ்சலீஸிலிருந்து விமானத்தில் புறப்படுகிறான். அடுத்த நாள் சிட்னி வந்து சேர்கிறான். அடுத்த நாள் சனிக்கிழமையாகத்தானே இருக்க வேண்டும்? இல்லை. அது ஞாயிற்றுக்கிழமை. ஏனெனில் வழியில் விமானம் சர்வதேச தேதிக் கோட்டைக் கடக்கிறது. அப்போது ஒரு நாள் கூடிவிடுகிறது. இது கதைசொல்லிக்குத் தெரிகிறது. உடன் பயணித்த டிலனின் அப்பாவுக்கும் தெரிகிறது. ஆனால் டிலனுக்குத் தெரியவில்லை. ஐந்து வயதுக் குழந்தைக்கு இது எப்படித் தெரிய முடியும்? லாஸ் ஏஞ்சலீஸில் வசிக்கும் அவளின் அப்பாவுக்கும் சிட்னியில் வசிக்கும் அம்மாவுக்கும் இடையில் மணமுறிவு ஏற்பட்டுவிட்டது. ஒரு வருட வழக்கின் முடிவில் குழந்தை அம்மாவோடுதான் இருக்க வேண்டும் என்று தீர்ப்பாகிவிடுகிறது. அப்பா குழந்தையை அழைத்துக் கொண்டு வருகிறார். அப்பாவிடம் அளப்பரிய பாசத்தோடு இருக்கிறது குழந்தை. வெள்ளிக்கிழமை மாலை லாஸ் ஏஞ்சலீஸில் புறப்பட்டு ஞாயிற்றுக்கிழமை காலை சிட்னி வந்து சேரும்

விமானத்தில் பயணிப்பதால் சனிக்கிழமை முழுதும் அப்பாவோடு இருக்கலாம் என்று அந்தக் குழந்தை நினைத்திருக்கலாம். சர்வதேச தேதிக் கோடு எனும் பெயரில் பெரியவர்கள் ஏற்படுத்தி வைத்திருக்கிற சதி அந்தக் குழந்தைக்குப் புரியவில்லை. அந்தச் சனிக்கிழமை என்றென்றைக்குமாக அவளுக்குக் கிடைக்காமல் போய்விடுகிறது. அந்தக் குழந்தை புறங்கையால் துடைக்கத் துடைக்கக் கண்களில் நீர் பெருகிக்கொண்டே வருகிறது.

காலத்தால் வாங்கிய கடன்

அந்தக் குழந்தையைப் போலவே இந்த நேர வித்தியாசத்தில் வஞ்சிக்கப்பட்ட இன்னொரு பெரியவரின் கதைதான் 'கடன்' ("மகாராஜாவின் ரயில் வண்டி" சிறுகதைத் தொகுப்பு, காலச்சுவடு, 2001). அமெரிக்க அரசாங்கம் அவரிடமிருந்து ஒரு மணிநேரம் கடனாக வாங்குகிறது. ஆனால் திருப்பிச் செலுத்துவதில்லை. பெரியவர் அமெரிக்காவுக்கு வேண்டி விரும்பி வந்தவரில்லை. மனைவியைப் பறிகொடுத்தவர். மகனுடைய பராமரிப்பில் இருக்கிறார். அமெரிக்காவின் குளிரோடும் நியதிகளோடும் பொருந்திப்போகச் சிரமப்படுகிறார். அப்போதுதான் அவருக்குப் பச்சை அட்டையைப் பற்றித் தெரிகிறது. உதவிப் பணம் கிடைக்கும். தனியாக வாழலாம். சிறுமைகள் இல்லை. மருத்துவச் செலவை அரசாங்கம் ஏற்கும். இவர் விண்ணப்பிக் கிறார். நேர்முகத்திற்கு அழைப்பு வருகிறது. ஐந்து நிமிடம் முன்னதாகவே போய்விடுகிறார். ஆனால் இவர் தாமதமாக வந்ததாகச் சொல்கிறாள் வரவேற்புப் பெண்மணி. முதல் நாள் இரவு இவருக்கு எதிராக ஒரு சதி நடந்துவிட்டது. இது இவருக்குத் தெரியாது.

"... அமெரிக்காவில் பனிக்காலம் தொடங்கும்போது ஒக்டோபரில் வரும் நாலாவது ஞாயிற்றுக்கிழமை நேரத்தை ஒரு மணித்தியாலம் பின்னுக்குத் தள்ளி வைத்துவிடுவார்கள். மறுபடியும் ஏப்ரல் மாதத்தில் வரும் முதல் ஞாயிறு அதிகாலை இரண்டு மணிக்கு ஒரு மணித்தியாலம் முன்னுக்குத் தள்ளி வைத்துவிடுவார்கள். இதுக்கு அது சரியாகிவிடும். இது ஏப்ரல் மாதத்து முதலாவது திங்கள்கிழமை. கடந்த இரவு இவரைக் கேட்காமல் இவரிடமிருந்து ஒரு மணிநேரம் திருடிவிட்டார்கள் ... அமெரிக்கா பெரிய கடனாளியாகிவிட்டது. இவரிடமிருந்து எடுத்த ஒரு மணித்தியாலத்தை அது திருப்பிக் கொடுக்கவே இல்லை. அதற்கு சந்தர்ப்பமும் வரவில்லை. ஏனென்றால் அடுத்த ஒக்டோபர் மாதம் நாலாவது ஞாயிற்றுக்கிழமை வருமுன்னரேயே இவர் காலமாகிவிட்டார்."

புலம்பெயர் வாழ்க்கையில் தவிர்க்க முடியாமல் உள் நுழையும் இந்தக் கால வித்தியாசம் முத்துலிங்கத்தின் கதைகளில் இடம்பெறும் எளிய மனிதர்களை அவதிக்கு உள்ளாக்குகிறது. அதைப் புரிந்துகொண்டவர்கள் தமக்குத்தாமே சமாதானங்களைச் சொல்லிக்கொள்கிறார்கள். 'மயானப் பராமரிப்பாளர்' கதையில் வரும் அப்பா கதைசொல்லியிடம் இப்படிச் சொல்வார்: "நான் மகளை நினைத்துக்கவலைப்படப் போவதில்லை. தினம் சூரியனை நான் [லாஸ் ஏஞ்சலீஸில்] பார்க்கும் முன்பு என் மகள் அதை சிட்னியில் பார்த்துவிடுவாள். எந்த சர்வதேச தேதிக் கோட்டினாலும் எங்களைப் பிரிக்க முடியாது."

கதை சொல்லி இந்த சர்வதேச தேதிக் கோட்டைப் பற்றிப் பரவசத்துடன் பேசுவார். அதற்குக் குழந்தையின் அப்பா இப்படிப் பதில் சொல்வார்: "இது எல்லாம் மனித மூளையில் உதித்த கற்பனைதான். கற்பனைக் கோட்டை நாங்கள் எங்கேயும் கீறி வைக்கலாம். இன்னும் ஒரு வாரத்தில் புதுவருடம் பிறக்கிறது, அதை உலகமே கொண்டாடும். புதுவருட நாள்கூட ஒரு கற்பனைதானே".

இதையேதான் பரமசிவம் பிள்ளையும் சொல்வார், வேறு வார்த்தைகளில். 'கயிற்றரவு' கதையில் அவரது சிந்தனை ஓட்டம் இப்படி இருக்கும்: "ஞாயிற்றுக்கிழமை மடிந்து திங்கட்கிழமை பிறக்கிறது எந்த வினாடிக்குள் என்று யாருக்காவது நிர்த்தாரணமாகச் சொல்ல முடியுமா? நாமாக முடுக்கிவிட்ட கெடிகாரம் சொல்லுவதும், நாம் சொல்லுவதும் ஒன்றுதான். ஞாயிற்றுக்கிழமையாகவே இருந்து கொண்டு வந்தது திங்கட்கிழமை என்று நாம் சொல்லும்படியாகிவிட்ட ஒரு தன்மை போல, நாகரிகம் அங்கே உட்கார்ந்து அசைபோட்டுக் கொண்டிருப்பது போலத் தென்பட்டதும் ஒரு தோற்றந்தான்."

இந்தத் தோற்றத்தை நாம்தான் ஊதிப் பெரிதாக்குகிறோம் என்று முத்துலிங்கமும் சொல்கிறார். அதைத் தனது சர்வதேச அனுபவத்தில் தோய்த்துச் சொல்கிறார். அப்போது மனிதன் உருவாக்கிய கற்பனைக்கோடுகளின் அபத்தம் புலனாகிறது. ஒரு குழந்தையின் எதிர்பார்ப்பின் நடுவில் இறங்குகிறது சர்வதேச தேதிக்கோடு. ஒரு பெரியவரின் எதிர்ப்பார்ப்பைச் சிதைக்கிறது செயற்கையாகச் சுருக்கவும் நீட்டிக்கவும்பட்ட பகல் பொழுதுகள். அவர்களுக்கு இந்தத் தகிடுதித்தங்கள் புரிவதில்லை. அலி போன்ற எளிய மனிதர்களுக்கும் புரிவதில்லை. ஆனால் எல்லோரும் இந்த அரங்கத்திற்குள்தான் வட்டாட வேண்டியிருக்கிறது.

‘தமிழின் மேன்மை அதன் தொன்மையில் இல்லை, அதன் தொடர்ச்சியில் இருக்கிறது’ என்ற புகழ் பெற்ற வாசகத்தைச் சொன்னவர் பேராசிரியர் சிவத்தம்பி. அவர் சொல்லும் தொடர்ச்சி, மொழியை மட்டுமல்ல, இலக்கியத்தையும் குறிக்கிறது. சிறுகதைகளையும் குறிக்கிறது. அப்படித்தான் புதுமைப்பித்தனின் ‘கயிற்றரவு’ நீட்சி பெறுகிறது. அது முத்துலிங்கத்திடமிருந்து வெளியாகிறது. அப்போது அது ‘மயானப் பராமரிப்பளர்’, ‘கடன்’, ‘அங்கே இப்ப என்ன நேரம்’, ‘அமெரிக்கக்காரி’ என்று புதிய புதிய பெயர்களைப் பெறுகிறது.

புக்டே.இன், 19.4.2021

4

புலம் பெயர்ந்தவர்களின் அடையாளம்

முத்துலிங்கத்தின் புனைவின் வெளியில் பல கதைகள் புலம் பெயர்ந்தோர் தரித்துக் கொள்ளும் அடையாளங்களையும் அவர்தம் அடையாளச் சிக்கல்களை பேசுகின்றன. "அமெரிக்கக்காரி" (காலச்சுவடு பதிப்பகம், 2009) சிறுகதைத் தொகுப்பிலும் அப்படியான கதைகள் உள்ளன. அதில் சிறப்பான இடத்தில் வைக்கத்தக்கது தலைப்புக் கதையான "அமெரிக்கக்காரி"

மதி யாழ்ப்பாணத்திற்கு அருகிலுள்ள குக்கிராமத்தில் பிறந்தவள். உதவிப் பணம் பெற்று அமெரிக்கப் பல்கலைக்கழகத்திற்கு வருகிறாள். சின்ன வயதிலிருந்தே அவளுடைய ஆசை அமெரிக்கக்காரியாக வேண்டுமென்பது. ஆனால் பல்கலைக்கழகத்தில் எல்லோரும் அவளை இலங்கைக்காரி என்றுதான் சொல்கிறார்கள். இத்தனைக்கும் அவர்களைப் போலப் பேசக் கற்றுக் கொள்கிறாள். அவளுடைய தோற்றமோ, நிறமோ கூடத் தடையில்லை. அவளது 'கரிய கூந்தலும் கறுத்துச் சூழலும் விழிகளும்' பையன்களை இழுக்கவே செய்கின்றன. ஒன்றிரண்டு பேர் நெருங்கியும் வருகிறார்கள். ஆனால் தங்கள் அறையில் தங்க முடியுமா என்று கேட்கிறார்கள். இவள் மறுத்ததும் மறைந்துபோகிறார்கள்.

லான்ஹங் வியட்நாமிய மாணவன். அவன் மதியை அறைக்கு அழைப்பதில்லை. அது அவளுக்குப்

மு. இராமனாதன்

பிடித்துப்போகிறது. படிப்பை முடித்ததும் அவன் ஆசிரியர் வேலையில் சேர்கிறான், இவள் ஆராய்ச்சி மாணவியாகிறாள். சேர்ந்து வாழ்கிறார்கள். அவள் அம்மா அனுப்பிய தாலியை இலங்கை முறைப்படிச் சங்கிலியில் கோர்த்து அவளுடைய கழுத்தில் கட்டுகிறான். முழுச்சந்திரன் வெளிப்பட்ட ஓர் இரவில் சந்திரனில் தோன்றிய கிழவனைச் சாட்சியாக வைத்துக் கொண்டு வியட்நாமிய முறைப்படி அவன் இஞ்சியை உப்பிலே தோய்த்துக் கடித்துக் சாப்பிடுகிறான். இப்படியாகத் திருமணம் முடிந்து பிறகு நான்கு வருடங்களாகியும் குழந்தை உண்டாகவில்லை. அவன் உயிரணுவில் குறைபாடு இருக்கிறது. ஆப்பிரிக்க ஆசிரியர் ஒருவர் உயிரணுக்களைத் தானம் செய்கிறார். பிள்ளை பிறக்கிறது. 'எனக்கு ஒரு அமெரிக்கப் பிள்ளை பிறந்திருக்கு' என்று அம்மாவுக்கு எழுதுகிறாள் மதி.

தன்னை அமெரிக்கக்காரியாக அடையாளம் காண விழையும் மதியின் விருப்பமே கதையின் தலைப்பிலிருந்து கடைசி வரி வரை நீள்கிறது. இதற்கு முன்பும் புலம்பெயர்ந்து வாழ்பவர்களின் அடையாளச் சிக்கல்களை முத்துலிங்கம் எழுதியிருக்கிறார்.

முத்துலிங்கத்தின் "கொம்பு ளானா", "ஐந்தாவது கதிரை" ஆகிய கதைகளில் வரும் நாயகிகளும் கனடாவில்தான் வசிக்கிறார்கள். தனியாக அல்ல, கணவனுடனும் பிள்ளை களுடனும். இருவருக்கும் ஒரே பெயர்: பத்மாவதி. இவர்களிடையே உள்ள ஒற்றுமை இந்த இடத்தில் முடிகிறது. முதல் பத்மாவதி தனது 'பாரம்பரியம் மாறாமல் காலையிலிருந்து இரவு படுக்கும் வரை சமையலறையிலேயே வாசம் செய்பவள்'. இரண்டாவது பத்மாவதிக்கோ கனடா வந்த பிறகு 'அவள் குதிக்கால் வெடிப்பில் ஒட்டியிருந்த செம்பாட்டு மண் முற்றிலும் மறைவதற்கு சரியாக ஆறுமாதம் எடுத்தது. ஆனால் அவள் அடியோடு மாறுவதற்கு ஆறு வாரம் கூட எடுக்கவில்லை'.

பிறந்து வளர்ந்த மண்ணின் பாடுகளை அத்தனை சீக்கிரம் உதறிவிட முடியுமா என்று தெரியவில்லை. அமெரிக்காவில் முடியும் என்கிறார்கள். அங்கு வசிக்கும் இந்தியர்களால் அமெரிக்க இந்தியர்களாக முடிகிறது. சீனர்களால் அமெரிக்கச் சீனர்களாக முடிகிறது. பரீத் சக்காரியா அப்படியான அமெரிக்க இந்தியர். மும்பையில் பிறந்து வளர்ந்தவர், ஊடகவியலாளர், நூலாசிரியர். இரட்டைக் கோபுரத் தாக்குதலுக்குப் பிறகு நியூஸ் வீக்கில் அவர் எழுதிய புகழ் பெற்ற கட்டுரையின் தலைப்பு – 'அவர்கள் ஏன் நம்மை வெறுக்கிறார்கள்?'. இந்தியாவில் பிறந்தவர் தன்னையும் அமெரிக்கராகப் பாவித்துக்கொண்டு 'நம்மை' என்று எழுதியபோது யாரும் அதைக் கேள்வி கேட்கவில்லை.

எனக்குத் தெரிந்த இன்னொரு அமெரிக்க இந்தியன் என் வகுப்புத் தோழன். கல்லூரியில் எனது வகுப்பில் படித்தவர்கள் சேர்ந்து ஒரு மின்னஞ்சல் குழுமம் நடத்துகிறார்கள். அதில் ஒரு உரையாடலின்போது அவன் இப்படி எழுதியிருந்தான்: "இந்தப் பிரச்சனை குறித்து எனது சொந்த மாநிலமான இல்லினாய்ஸின் அரசியலமைப்பு என்ன சொல்கிறதென்றால்..." எனது நண்பனைப் போலவோ சக்காரியாவைப் போலவோ ஏன் மதியால் அமெரிக்க நீரோட்டத்தில் ஐக்கியமாக முடியவில்லை? அவள் தனது தாயாரோடு தாய் நாட்டையும் நேசிப்பவள். இன்னொரு காரணம் அவளது வளர்ப்பில் ஊட்டப்பட்டிருக்கும் நாணமும் அச்சமும். அதுவே காதலர்களின் அழைப்பை அவளால் ஏற்க முடியாமல் செய்கிறது. வாசகன் உய்த்துணரும்படியான இன்னொரு காரணமும் கதையில் இருப்பதாக எனக்குத் தோன்றுகிறது. கதை ஆசிரியரின் கூற்றாகத்தான் சொல்லப்படுகிறது. என்றாலும் அது நாயகியின் பார்வைக் கோணத்தில்தான் விரிகிறது. ஓரிடத்தில் ஆசிரியர் போதபூர்வமாகக் கால் மாற்றி ஆடுகிறார்.

அசோகமித்திரன் மார்லன் பிராண்டோவின் நடிப்பு *method acting* எனும் வகையைச் சேர்ந்தது என்று ஒரு முறை எழுதியிருந்தார். பிராண்டோ எப்போதும் வசனங்களை முணுமுணுப்பார்.ஆனால் அவரது படங்களில் இரண்டு அல்லது மூன்று சூட்சும இடங்கள் இருக்கும். அந்த இடத்தில் பிராண்டோ ஓர் எழுத்து பிசக மாட்டார். கதையில் ஒன்றியிருக்கும் பார்வையாளரால் இதைப் பிரித்துப் பார்க்க முடியாமல் போகலாம்.ஆனால், இயக்குநர் சொல்ல நினைப்பது ஆழமாகப் போய்ச்சேரும்.

முத்துலிங்கமும் நாயகியின் பார்வைக் கோணத்தில் கதை சொல்லும் போக்கிலிருந்து மாறி, நாயகனின் பார்வைக் கோணத்தில் ஒரேயொரு வரியைத் தருகிறார். 'அவள் கண்களை அவன் அதிசயமாக முதன்முறை பார்ப்பதுபோலப் பார்த்தான். அவள் வாய் சிரிக்க ஆரம்பிக்க முன்னரே அவள் கண் இமைகள் சிரித்ததை அன்று முழுவதும் அவனால் மறக்க முடியவில்லை'. இது ஒரு நுட்பமான இடம். அவள் வெடித்துச் சிரிப்பவளல்ல. சுயதம்பட்டம் அவளது வெளிப்பாட்டு முறையல்ல. தயக்கமும் கனிவும் நிறைந்தவள். சிரிப்பதற்கு முன் அவள் மனதளவில் அதற்குத் தயாராகிறாள். அதனால்தான் இமைகள் முதலில் சிரிக்கின்றன. அவளது காலில் இலங்கை மண்ணின் பாடுகள் ஒட்டிக்கொண்டே இருப்பதற்கு இந்தத் தன்னடக்கமும் ஒரு காரணமாகலாம்.

இதைப் போலவே, அவள் ஒருபோதும் பச்சாதாபத்தைக் கோருவதில்லை. இலங்கையைப் பற்றியும் யுத்தத்தைப் பற்றியும் பேசுகிற பெண்ணிடம் கூடத் தன்னுடைய அண்ணன்மார் இருவரும் ஒரு வருடம் முன்பாகப் போரில் இறந்துபோனதை அவள் சொல்வதில்லை. இந்தப் பண்பை அவள் அம்மாவிட மிருந்து பெற்றிருக்க வேண்டும். மாதந்தோறும் அம்மா கடிதம் எழுதுகிறாள். பட்டணத்திலிருந்து மூன்று நிமிடங்கள் மகளுடன் தொலைபேசியில் பேசுகிறாள். அம்மா ஒருபோதும் தன் கஷ்டங்களைச் சொல்வதில்லை. ராணுவம் ஊரைச் சுற்றிப் பலரைக் கொன்று குவிக்கிறது என்று மதி அறிகிறாள். ஆனால் அம்மா மூச்சுவிடுவதில்லை.

தான் நாடற்றவள் என்று மதி யாரிடமும் சொல்லிக் கொள்வதில்லை. மாறாக 'இனிமேல்தான் ஒரு நாட்டைத் தேட வேண்டும்' என்கிறாள். கணவனின் உயிரணுக்கள் குறைபாடு உடையவை என்று தெரியவந்த பிறகும், லான்ஹங் அவளிடம் 'அஞ்சல் நிலையத்துச் சங்கிலியில் பேனாவைக் கட்டி வைப்பது போல் நான் உன்னைக் கட்டிவைக்கவில்லை. நான் வேண்டுமானால் விலகிக்கொள்கிறேன். நீ யாரையாவது மணமுடித்துப் பிள்ளை பெற்றுக்கொள்' என்று சொன்ன பிறகும் அவள் விலகிப் போகவில்லை. அது அவளால் ஏலாது.

தாயுடனான மதியின் உறவு கதை நெடுகிலும் நுணுக்க மாகப் பதிவாகியிருக்கிறது. குளிருக்காக நாற்பது டாலருக்குச் சப்பாத்து வாங்கும்போது அம்மாவின் குடும்ப நிலைமை நினைவிற்கு வந்து உறுத்துகிறது. ஒரு கடிதத்தில் அவள் அம்மாவுக்கு இப்படி எழுதுகிறாள்: 'நான் உன் வயிற்றில் கருவாக உதித்தபோது என் வயிற்றில் ஏற்கனவே கருக்கள் இருந்தன. அப்படி எனக்கு ஒரு குழந்தை பிறந்தால் அது உனக்குள் இருந்து வந்ததுதான்'. அவளுக்குப் பிறக்கும் குழந்தையின் முகம் அம்மாவுடையதைப் போலவே இருக்கிறது. 'நான் உன்னைத் திரும்பவும் பார்க்க வேண்டும். அதற்கிடையில் செத்துப்போகாதே' என்று ஆரம்பத்தில் எழுதும் மதி, மகள் பிறந்ததும், 'அவள் முழுக்க முழுக்க அமெரிக்கக்காரி, நீ அவளைப் பார்க்க வேணும், அதற்கிடையில் செத்துப்போகாதே' என்று சொல்கிறாள். இந்தத் தொப்புள்கொடி உறவுதான் திரும்பிப் போக முடியாத தாய் நாட்டோடு அவளை இணைக்கிறது. அதனால்தான் அவள் இலங்கைக்காரியாகவே இருக்கிறாள். அதனால்தான் அவளால் அமெரிக்கக்காரியாக முடியவில்லை. ஆனால் அமெரிக்காவில் பிறந்த அவள் மகளால் அது முடியும்.

கதையில் சில அபூர்வமான உவமைகள் இடம் பெறுகின்றன. அவற்றில் ஒன்றுகூடத் தேய்வழக்குகளின் பாற்பட்டதல்ல. 'கறுப்பு

எறும்புகள் நிரையாக வருவது போலப் பையன்கள் அவளை நோக்கி வந்தார்கள்' என்பது அவற்றுள் ஒன்று. இன்னொரு இடத்தில் அமெரிக்க இளைஞன் ஒருவன் தன் தாயை மதியிடம் அறிமுகப்படுத்துகிறான். 'மீன் வெட்டும் பலகைபோல அவள் முகத்தில் தாறுமாறாகக் கோடுகள்' இருக்கின்றன. முனைவர் படிப்புக்கு அவள் நீண்ட நேரம் உழைக்கிறாள். சில நாட்களில் இருபது மணிநேரம் தொடர்ந்து ஆராய்ச்சி செய்கிறாள். ஆய்வுக் கட்டுரையைச் சமர்ப்பித்த பிறகு வீட்டின் ஜன்னலோரம் உட்கார்ந்திருக்கிறாள். ஒரு நாளின் அவ்வளவு நேரத்தையும் வைத்துக்கொண்டு என்ன செய்வது என்று அவளுக்குத் தெரியவில்லை. அப்போது 'கொடிக் கயிற்றில் மறந்துபோய்விட்ட கடைசி உடுப்புபோல அவள் மனம் ஆடிக் கொண்டிருந்தது'.

'அமெரிக்கக்காரி' தமிழின் மிகச்சிறந்த கதைகளுள் ஒன்றாக விளங்கும். இந்தக் கதையை நல்ல அச்சோடும் அமைப்போடும் வெளியிட்டுச் சிறப்புச் செய்திருக்கிறது காலச்சுவடு பதிப்பகம். தமிழில் நல்ல மொழிபெயர்ப்பாளர்கள் இருக்கிறார்கள். அவர்களில் யாரேனும் இந்தக் கதையை ஆங்கிலத்தில் மொழி பெயர்க்க வேண்டும். அப்போது 'அமெரிக்கக்காரி'யின் அடையாளமும் மாறும். இப்போது சில ஆயிரம் தமிழ் வாசகர்கள் மட்டுமே வாசித்திருக்கிற இந்தக் கதை, உலகெங்கும் உள்ள தேர்ந்த வாசகர்களை எட்டும், 'அமெரிக்கக்காரி' உலகத் தரம் வாய்ந்த சிறுகதை என்று உணரப்படும். இந்த இலங்கைக்காரி அமெரிக்கக்காரியாவதும் நடக்கும்.

கணையாழி, ஜூலை 2012

5

பார்வைக் கோணம்

'வார்த்தை' 2009, செப்டம்பர் இதழில் அ.முத்துலிங்கம் எழுதிய "ஆப்பிரிக்கப் பஞ்சாயத்து" எனும் சிறுகதை வெளியாகியிருந்தது. இது திண்ணை இதழிலும் மறுபிரசுரம் ஆகியது¹. கதையை வாசித்ததும் எனக்கு ஆகஸ்ட் மாதம் தொலைக் காட்சியில் பார்த்த ஒரு காட்சி நினைவிற்கு வந்தது. 90,000 மக்கள் எழுந்து கை தட்டுகிறார்கள். அதை ஏற்கும் விதமாக, உஸைன் போல்ட் என்கிற இளைஞர், விதிக்கப்பட்ட 100 மீட்டர் தூரத்தை 9.69 நொடிகளில் கடந்த பிறகும், ஸ்டேடியம் முழுக்கச் சுற்றி வருகிறார். போல்ட் நிகழ்த்தியது ஓர் உலக சாதனை. தவிர, போல்ட் தனது சாதனையைத் தானே முறியடிக்கவும் செய்தார். சில மாதங்களுக்கு முன்னர், நியூயார்க்கில் இதே தூரத்தை 9.72 நொடிகளில் கடந்திருந்தார் போல்ட். முத்துலிங்கத்தின் கதைக்கும் ஒலிம்பிக்ஸுக்கும் யாதொரு தொடர்பும் இல்லை. பூகோள ரீதியாகவும் தொடர்பு இல்லை. போல்ட் வட அமெரிக்கத் தீவுகளில் ஒன்றான ஜமைக்காக்காரர். சாதனை நிகழ்த்தியது பெய்ஜிங்கில். நமது கதை நடப்பது மேற்கு ஆப்பிரிக்காவின் சியாரா லியோனில்.

நல்ல எழுத்தாளர்களும் சிறந்த விளையாட்டு வீரர்களைப் போலத்தான். இரு சாராரும் எதிர் கொள்ளும் சவாலும் ஒன்று போலத்தான். முந்தைய சாதனைகளை, தாங்கள் நிகழ்த்தியது உட்பட,

---

1. 'உண்மை கலந்த நாட்குறிப்புகள்' (உயிர்மை பதிப்பகம், 2008) தொகுப்பில் படிக்கலாம்

அவர்கள் கடந்து போய்க்கொண்டே இருக்கிறார்கள். இந்தக் கதையின் மூலம் முத்துலிங்கம் தனது படைப்பு உருவாக்கத்தில் இன்னுமொரு சாதனை நிகழ்த்தியிருக்கிறார் என்பதாக எனக்குத் தோன்றுகிறது. முத்துலிங்கத்தின் முந்தைய கதைகளைப் போலவே இதுவும் நேரான நடையில், எளிய மொழியில், சிறிய வாக்கியங்களில், வசீகரமான வார்த்தைகளில் சொல்லப்படுகிறது. இந்தக் கதை முழுவதையும் வாசகன் ஒரு மென் நகையோடு படிக்க முடிகிறது. கதை சொல்லி சியாரோ லியோனில் வேலைபார்க்கிறார். அவரது வேலைக்காரன் ஸாண்டி விசுவாசமானவன்; திடகாத்திரன். பக்கத்து வீட்டில் வசிக்கும் படித்த, உத்தியோகத்திலிருக்கும் ஆப்பிரிக்கத் தம்பதிகளின் வீட்டில் வேலை பார்க்கும் கதீஜாவிற்கு 12, 13 வயதுதான் இருக்கும். இவர்கள் வீட்டில் வளர்க்கும் முயல்களைப் பார்க்க வரும் கதீஜாவை ஸாண்டி எப்போதும் விரட்டியடிக்கிறான். அப்படித்தான் கதை சொல்லி நினைத்துக் கொண்டிருக்கிறார். சில சந்தர்ப்பங்களில் அவன் விரட்டும்போது அவள் பிடிபட்டுக்கொள்கிறாள். அதனால் கர்ப்பமாகிறாள். பக்கத்து வீட்டுத் தம்பதிகள் வழக்கைக் கதைசொல்லியிடம் கொண்டுவருகிறார்கள்.

விசாரணை தொடங்குகிறது. கதைசொல்லி ஸாண்டியிடம் கதீஜாவிடம் பேசிப்பழகியிருக்கிறாயா என்று கேட்கிறார். இல்லை என்கிறான். ஆனால் அவளுடன் உறவு வைத்திருக்கிறாயா என்கிற கேள்விக்கு ஸாண்டி இல்லையென்று சொல்வதில்லை. கதீஜாவிடம் உடலுறவுக்கு சம்மதம் கொடுத்தாயா என்று கேட்டால் அவளும் மறுப்பதில்லை. 'நான் பெரிய ஓம் சொல்லவில்லை, சின்ன ஓம் தான் சொன்னேன்' என்கிறாள். கதை சொல்லிக்கு ஆப்பிரிக்காவில் இப்படியான குற்றத்திற்கு என்ன தண்டனை என்று தெரியவில்லை. தாலி கட்டச் செய்வதா? பக்கத்து வீட்டுக் கணவர், கதீஜாவிற்குப் பராமரிப்புக் காசு கொடுக்க வேண்டும் என்று கோருகிறார். 'இவளல்லவோ அத்து மீறி நுழைந்தவள். இவளுக்கல்லவோ தண்டனை கொடுக்க வேண்டும்' என்று ஸாண்டி கத்துகிறான்.

பஞ்சாயத்துத் தலைவர் தீர்ப்பு சொல்ல வேண்டும். 'பிள்ளை பிறக்கும் தினத்திலிருந்து ஸாண்டி தனது சம்பளப் பணத்திலிருந்து 25 சதவீதம் தர வேண்டும்'. தம்பதிகளுக்கு வெகு சந்தோஷம். கதீஜா அவர்கள் பின்னால் ஆடியபடியே போய்விடுகிறாள். ஸாண்டி மட்டும் தன் காதுகளை நம்ப முடியாமல் 'அவளுக்கு தண்டனை என்ன'? என்று அரற்றிக் கொண்டே இருக்கிறான். ஆப்பிரிக்க முன்குடிகள் உடலுறவைக் குற்றத்துக்குத் தண்டனையாகப் பயன்படுத்தியிருக்கலாம் என்ற விஷயம் கதை சொல்லிக்குப் பல வருடங்கள் கழித்துத்தான்

தெரியவரும். கதீஜாவிற்குப் பிள்ளை பிறந்ததும் பக்கத்து வீட்டு மனைவி மாதா மாதம் பராமரிப்புக் காசை பெற்றுச் செல்கிறாள். கதை சொல்லிக்கு மாற்றல் உத்தரவு வருகிறது. அதற்குப் பிறகு தனது தீர்ப்பு நடைமுறைப்படுத்தப்பட்டதா என்று தெரியவில்லை என்று கூறிக் கதையை முடிக்கிறார் ஆசிரியர்.

கதையின் முரண் தலைப்பிலேயே ஆரம்பமாகிவிடுகிறது. பஞ்சாயத்து தமிழ் கலாச்சாரப் பின்புலத்தைக் குறிக்கிறது. அது ஆப்பிரிக்காவோடு பொருந்தாமல் நிற்கிறது. கற்பைக் குறித்தும், குடும்ப உறவுகளைக் குறித்தும் தமிழ் மனம் கொண்டிருக்கிற மதிப்பீடுகளின் அடிப்படையில் ஆப்பிரிக்கப் பிரச்சனையை அலசுவதைப் போலவே. கதை முழுதும் கதை சொல்லியின் பார்வைக் கோணத்திலேயே விரிகிறது. அந்தப் பாத்திரத்தின் நியாயங்களும் தர்க்கங்களும் கதையில் இடம் பெறுகின்றன. எனில் கதைசொல்லியின் தன்னிலை விளக்கங்களுக்கான எதிர் வாதங்களும் கதைக்குள்ளேயே இருக்கின்றன. வாதிக்கு எதிரான வாதங்களை ஊடு சரடாக வைத்துவிடும் கதைகளை முத்துலிங்கம் இதற்கு முன்பும் எழுதியிருக்கிறார்.

ஒரு சதுரமைல் பரப்பைக் கொண்ட கனடாவின் ஒரு மா அங்காடியில் தொடங்கும் கதை “ஐந்தாவது கதிரை”. இது தங்கராசாவின் பார்வைக் கோணத்தில்தான் சொல்லப்படுகிறது. மனைவி பத்மாவதியோடு அவர் நடத்தும் மௌனப் போராட்டமும் அவள் மீது அவர் சுமத்தும் குற்றச்சாட்டுகளுமாக விரியும் கதையில், அவரது குறைகளையும் வாசகன் தெளிவாக உணர முடிகிறது. கனடாவின் சிறைச்சாலை ஒன்றிலிருந்து குடிவரவு அதிகாரிக்கு கணேசரட்னம் எழுதுகிற கடிதம்தான் “கொழுத்தாடு பிடிப்பேன்”. தனது நியாயங்களை அவன் அடுக்கிக் கொண்டே வருகிறான். என்றாலும் அவன் இழைக்கும் குற்றமும் வாசகனுக்குத் தெரிந்துவிடுகிறது. பிரதிக்கு எதிரான வாதங்கள் இந்தக் கதைகளுக்குள்ளேயேதான் இருக்கின்றன. சீயத்திற்குள் இருக்கும் மதுரத்தைப் போல. கதையின் உள்பரப்பில் அது காணக்கூடியதாகவும், சுவைக்கக்கூடியதாகவும் இருக்கிறது. எனில், “ஆப்பிரிக்கப் பஞ்சாயத்” தில் கலாசார வேறுபாடுகளை உள்வாங்கிக்கொள்ளாத கதை சொல்லியின் போதாமை, எழுதப்பட்ட வரிகளுக்கிடையில் எழுதப்படாமல் பொதிந்து வைக்கப்பட்டிருக்கிறது. உணவிற்குள் இருக்கும் உப்பைப் போலக் கரைந்து போயிருக்கிறது. அது கதையின் மேல் பரப்பிலோ உள் பரப்பிலோ காணக் கிடைப்பதில்லை. அதன் சுவையுணரும் வாசகனுக்கு ஓர் இலக்கிய அனுபவம் வாய்க்கிறது.

அடுத்தவரின் பிரச்சினையைப் புரிந்துகொள்ள அவரது செருப்புகளில் உங்கள் கால்களைப் பொருத்திப் பாருங்கள்

என்று சொல்வார்கள். எத்தனை பேர் செய்கிறார்கள் என்று தெரியவில்லை. ஒருவரது கால் அளவு அடுத்தவரின் அளவோடு பொருந்துவதில்லைபோலும். சைவ உணவு சாப்பிடுகிறவர் களில் சிலர் அசைவ உணவுக்காரர்களை அருவருப்போடு பார்க்கிறார்கள். அசைவம் சாப்பிடுகிற சிலருக்குச் சைவ உணவுக்காரர்களைப் பார்த்தால் இளக்காரமாக இருக்கிறது. ஆட்டுக்கறி சாப்பிடுகிற சிலர் மாட்டுக்கறி சாப்பிடுகிறவர்களை தமக்குச் சமமாகக் கருதுவதில்லை. இரண்டு கறியும் சாப்பிடும் இந்தியர் சிலர், பன்றியிறைச்சியும் பாம்பு சூப்பும் சாப்பிடுகிற சீனரின் உணவைக் கேலி பேசுகிறார்கள். எல்லோரும் தத்தமது உணவே சிறந்தது என்று கருதுகிறார்கள். தங்களது மதிப்பீடுகளும் அவை உருவாக்கியிருக்கும் கற்பிதங்களுமே உலகத்தில் மேன்மை யானவை என்று நினைக்கிறார்கள். அந்த அளவீட்டின்படியே மற்றவர்களின் கலாச்சாரங்களை மதிப்பிடுகிறார்கள். "ஆப்பிரிக்க பஞ்சாயத்"தின் கதை சொல்லியும் அதையேதான் செய்கிறார்.

இவர்கள் வீட்டில் இருக்கும் முயல்களைப் பார்க்கத்தான் கதீஜா வருகிறாள். முயல் கூட்டிலேதான் அவர்கள் உறவு வைத்துக் கொள்கிறார்கள். ஆனால் கதையில் முயல்களுக்கு மேலதிகப் பங்கிருக்கிறது. முயல்கள் அபாரமாகப் பெருகும் என்று நம்பித்தான் இரண்டு முயல்களை வாங்குகிறார் கதைசொல்லி. ஆனால் ஆண் முயல் அணுகும் போதெல்லாம் பெண் முயல் அடித்து விரட்டி விடுகிறது. அது ஆணுடைய ஆசையை அதிகரிக்கத்தான் என்று விவரம் தெரிந்த நண்பர் விளக்குகிறார். 'இவள் முயல் பார்க்க அடிக்கடி வருவாள். நான் துரத்துவேன். தப்பிஓடி விடுவாள். சிலவேளை பிடிபடுவாள். பிடிபடும் சமயங்களில் மட்டுமே உறவு கொள்வேன்' என்று சொல்லுகிற ஸாண்டி, பிற்பாடு சொல்கிறான்: 'இவள் வேகமாக ஓடவில்லை. போகப் போக இவள் வேண்டுமென்றே என்னிடம் பிடிபட்டுக்கொண்டாள்'. முயலுக்கும் மையக் கதைக்குமிடையே ஆசிரியர் சொல்லாமல் சொல்கிற தொடர்புகள் இத்துடன் முடிவதில்லை.

கதைசொல்லிக்கு மாற்றல் உத்தரவு வருகிறது. முயல்களை என்ன செய்வது? காட்டுக்குள் விடலாம் என்கிறான் ஸாண்டி. 'பாவம் செத்துப்போகுமே. அவைகளுக்குத் தங்களைப் பாதுகாத்துக் கொள்ளத் தெரியாதே' என்கிறார் கதைசொல்லி. ஸாண்டி சிரிக்கிறான். 'மாஸ்ட, வேட்டையாடும் மிருகம் என்றால் அது புதிதாக வேட்டை கற்க முடியாது. பட்டினி கிடந்து இறந்துவிடும். முயல் அப்படியல்ல. அது பதுங்கும் மிருகம். பதுங்குவதற்குப் பயிற்சி தேவை இல்லை' என்கிறான். வேட்டையாடும் மிருகங் களின் நியமம் பதுங்கும் மிருகங்களுக்குப் பொருந்தா. ஆனால் கதை சொல்லி தனக்குத் தெரிந்த சித்தாந்தங்களை எல்லாவற்றின்

மீதும் பொருத்துகிறார். மேலேயுள்ள உரையாடல் அதைத்தான் உணர்த்துகிறது. அல்லது எனக்கு அவ்விதமாகத் தோன்றுகிறது. கதை முடிவில் போகிற போக்கில் ஒரு தகவல் வருகிறது. காட்டில் கொண்டு விட்டவை 31 முயல்கள். முன்னங்காலால் ஆண் முயலை அடித்து விரட்டிக்கொண்டிருந்த பெண் முயல் எப்போது இணங்கியது என்றும், அது எத்தனை முறை குட்டி போட்டது என்றும் ஆசிரியர் விளக்கப் புகுவதில்லை.

அந்நிய மண்ணில் நிகழும் ஒரு புலம்பெயர்ந்த மனிதனின் சாட்சியங்களாகப் பதிவாகியிருக்கும் முத்துலிங்கத்தின் கதைகளிலெல்லாம் கலாசார வேறுபாடுகள் இடம் பெற்றிருக்கின்றன. பலவற்றிலும் அவை ஸ்தூலமாக வெளிப்பட்டிருக்கின்றன. எடுத்துக்காட்டாக, மேற்கு ஆப்பிரிக்காவில் நடக்கும் "குதம்பேயின் தந்தம்" என்கிற கதையைச் சொல்லலாம். அதில் உயர்ந்த குதிகால் அணி, தொடை தெரியும் ஸ்கர்ட், நீண்ட கழுத்து வைத்த இறுக்கமான மேல் சட்டையுடன் வரும் 'லெபனிஸ்' இளம் பெண் தனக்குச் சேலை உடுக்க ஆசையென்றும், ஆனால் அவளது வீட்டிலே அசிங்கம் என்று தடை போட்டுவிடுவார்கள் என்றும் சொல்கிறாள்.

'என்ன அசிங்கமா? சேலையா?'

'ஆமாம், இடையைக் காட்டி சேலை உடுப்பதை எங்கள் வீட்டில் செக்ஸியாக கருதுகிறார்கள். இது நடக்காத காரியம்'.

இந்தக் கதை இடம்பெற்றிருக்கும் "அ.முத்துலிங்கம் கதைகள்" (தமிழினி பதிப்பகம், 2003) நூலின் முன்னுரையில் விமர்சகர் க.மோகனரங்கன் சொல்கிறார்: 'முத்துலிங்கம் யாழ்ப்பாணத்தை வைத்து ஆப்பிரிக்காவை மதிப்பிடுவதில்லை . மாறாக ஆப்பிரிக்காவை வைத்து யாழ்ப்பாணத்தை மதிப்பிடுகிறார்'.

"முழு விலக்கு" கதையிலும் ("அ. முத்துலிங்கம் கதைகள்") கலாசார வேறுபாடு ஸ்தூலமாக வெளிப்படுகிறது. இந்தக் கதையும் ஆப்பிரிக்காவில் நடக்கிறது. தினசரி வரும் மீன்காரியின் முதுகோடு ஒட்டிக்கொண்டிருக்கும் குழந்தைக்கு சங்கீதா வைத்திருக்கும் பெயர் கரிக்குருவி. அது மீன்காரியின் குழந்தை அல்ல. அவளது தங்கை பதினைந்து வயது ஒனஸாவின் குழந்தை. கதை தொடர்கிறது. 'ஒரு பெண் பருவமடைந்ததும் எவ்வளவு சீக்கிரம் முடியுமோ அவ்வளவு சீக்கிரம் அவள் தன் கருவளத்தை உலகுக்குக் காட்டிவிட வேண்டும். ஒரு பிள்ளை பெற்றுவிட்டால் அவள் அந்தஸ்து உயர்ந்துவிடும். அவளை முடிப்பதற்கு ஆடவர்கள் போட்டி போடுவார்கள். ஒரு பெண்ணின் உண்மையான விலைமதிப்பு அவளுடைய பிள்ளை பெறும் தகுதியை வைத்துத்தான் அங்கே நிர்ணயிக்கப்படுகிறது'. "ஆப்பிரிக்கப் பஞ்சாயத்து" கதையில் கலாசார வேறுபாடுகள் "முழு

விலக்"கைப் போலவோ, "குதம்பேயின் தந்த"த்தைப் போலவோ வெளிப்படையாக வைக்கப்படவில்லை. நேரான விவரணைகள் இல்லை.என்றாலும் இந்த வேறுபாடுகளை வாசகரே உய்த்துணர்ந்து கொள்கிறார். அதைப் போலவே "ஆப்பிரிக்கப் பஞ்சாயத்" தில் பிரதிக்கு எதிரான கூற்று "கொழுத்தாடு பிடிப்பே" னைப் போலவோ, "ஐந்தாவது கதிரை" யைப் போலவோ கதையின் பரப்பில் காணக் கூடுவதில்லை. அது வாசகரின் நுட்பமான உணர்வுக்கு விடப்பட்டிருக்கிறது. இந்த வகையில் முத்துலிங்கம் தனது கதை வெளியில் நிகழ்த்திய புதிய சாதனையாக அமைகிறது "ஆப்பிரிக்கப் பஞ்சாயத்து".

100 மீட்டரைச் சாதனை நேரத்தில் கடந்த உஸைன் போல்ட்டின் அடுத்த சாதனையைத் தடகள ரசிகர்களால் நான்கு தினங்களுக்குள் அதே ஸ்டேடியத்தில் பார்க்க முடிந்தது. இம்முறை 200 மீட்டர், நேரம் – 19.30 நொடிகள். இன்னொரு உலக சாதனை. ஒவ்வொரு சாதனையும் ஒரு சவால்தான். அடுத்த முறை முந்தையதை விஞ்ச வேண்டுமே. செய்கிறார்கள் சாதனையாளர்கள். இவர்களைப் பார்க்கவும் படிக்கவும் வாய்த்ததில் சந்தோஷம்.

வார்த்தை, அக்டோபர் 2009/ *திண்ணை.காம்* 8.1.2009

6

சாளரத்துக்கு வெளியே

அ. முத்துலிங்கம் எழுதிய 'வியத்தலும் இலமே' நூலைச் சில மாதங்களுக்கு முன்னால் சென்னைப் புத்தகக் கடையொன்றில் வாங்கினேன். கடையைச் சுற்றி நகரின் சில பிரதான இடங்கள் இருந்தன. ஒரு பிரிட்டிஷ் காலத்துக் காவல் நிலையம், ஒரு பல்லவர் காலத்துக் கோயில், ஒரு பாடல் பெற்ற சாலை ('பீட்டர்ஸ் சாலை பெரிய சாலை' – இன்குலாப்). கடைக்கு ஒன்றுக்கு இரண்டாகக் கதவு இலக்கங்கள் இருந்தன – பழையதும் புதியதும். கடை முதல் மாடியில் இருந்தது. குறுகலான படிக்கட்டுகளின் முடிவில் ஒரு பக்கம் கடையும் இன்னொரு பக்கம் ஓர் அலுவலகமும். அலுவலகத்தின் முகப்பில் வரவேற்பில் இருந்த பெண்ணே கல்லாவையும் கவனித்தார். பில் போடும்போது என்னை அமரச் சொல்லி உபசரித்தார். பக்கத்து இருக்கையில் ஒருவர் அமர்ந்திருந்தார். என்னிடத்தில் இருக்கும் நூலொன்றின் பின்னட்டையில் அவரது படத்தைப் பார்த்திருக்கிறேன். அந்த நூல் ஒரு சிறுகதைத் தொகுப்பு. செறிவும் வடிவ நேர்த்தியும் மிக்க கதைகள். சில மாதங்களுக்கு முன்னால் அவர் நீண்ட கதையொன்றை எழுதியிருந்தார். ஒரு நடராஜர் கோயிலும் ஐந்து சினிமாக் கொட்டகைகளும் உள்ள சிறு நகரிலுள்ள பல்கலைக்கழகத்தில் ஓவியத் துறை திறந்து மூடப்படுவதைச் சொல்லும் அந்தக் கதையை ஒன்றுக்கு இரண்டு முறை வாசித்திருந்தேன். அவர் யாருக்காகவோ காத்திருப்பது மாதிரிப் பட்டது. அவரது கண்கள் பரபரவென்று சுற்றிச் சுழன்று கொண்டிருந்தன. அவரிடத்தில் ஏதாவது

இது முத்துலிங்கத்தின் நேரம்

பேசலாமா என்று யோசித்துக்கொண்டிருந்த போது பில் தயாராகிவிட்டது. இதே வேளையில் கதாசிரியரின் நண்பராக இருக்க வேண்டும், உள்ளேயிருந்து வந்தார். நான் நூல்களையும் பாக்கிப் பணத்தையும் பெறுவதற்குள் அவர்கள் படிக்கட்டுகளில் ஒரு பக்கமாகச் சாய்ந்தபடியே இறங்கிப் போய் விட்டிருந்தார்கள்.

அன்றிரவு முத்துலிங்கத்தின் நூலை வாசிக்கத்தொடங்கினேன். ஆங்கில எழுத்தாளர்களின் நேர்காணல்கள் அடங்கிய தொகுப்பு. இந்த எழுத்தாளர்கள் பிரபலமானவர்கள், எழுத்தை ஆராதிப்பவர்கள், ஆனால் காட்சிக்கு எளியவர்கள் அல்லர். இவர்களை முத்துலிங்கம் விரட்டிப் பிடித்து நேர்கண்டிருக்கிறார். எனக்குக் குறுகுறுத்தது. கைகுலுக்கும் தூரத்தில் இருந்த எழுத்தாளனிடத்தில் குசலம் விசாரிக்கும் பண்பு இல்லாத தமிழ் வாசகனல்லவா நான். நேர்காணல் ஓர் இலக்கிய வடிவாக விளங்கும் ஆங்கிலச் சூழலில் தொழிற்படும் எழுத்தாளர்களுடன் உரையாடி அதைத் தமிழுக்குக் கொண்டுவந்து சேர்த்திருக்கிறார் முத்துலிங்கம்.

Writers at Work என்பது ஆங்கில வாசகர்களுக்குப் பரிச்சயமான சொற்றொடர். வாசகர்கள், எழுத்தாளர்களின் இலக்கியக் கொள்கைகளையும் எழுதும் முறைகளையும் விரும்பிப் படிக்கிறார்கள். எழுத்தாளர்கள் தங்கள் எழுத்தையும் வாழ்க்கையையும் கொஞ்சம் விலகி நின்று பார்ப்பதற்கு ஏது செய்யும் நேர்காணல்கள், பத்திரிகைகளிலும் வானொலிகளிலும் தொலைக்காட்சிகளிலும் வெளிவந்த வண்ணமிருக்கின்றன. Paris Review எனும் இதழ் மட்டும் கடந்த 50 ஆண்டுகளில் முந்நூறுக்கும் மேற்பட்ட நேர்காணல்களை வெளியிட்டிருக்கிறது. கதாசிரியர்கள், கவிஞர்கள், நாடகாசிரியர்கள் அன்னியில் அபுனைவுப் படைப்புகள் எழுதும் பத்தி எழுத்தாளர்கள், இதழாசிரியர்கள், விமர்சகர்கள், வாழ்க்கை வரலாற்றாசிரியர்கள் போன்றோரின் நேர்காணல்களும் இதில் அடக்கம். அமெரிக்காவில் மட்டும் முந்நூறுக்கும் மேற்பட்ட பல்கலைக்கழகங்களில் படைப்பிலக்கியம் கற்பிக்கப்படுகிறது. இந்த வகுப்பறைகளில் எழுத்தாளர்களின் நேர்காணல்களும் விவாதிக்கப்படுகின்றன. இலக்கிய அமைப்புகள் நடத்தும் வாசிப்புக் கூட்டங்களில் பிரபலமான எழுத்தாளர்கள் தாம் எழுதியதிலிருந்து சில பகுதிகளை வாசித்தபின் வாசகர்களின் கேள்விகளுக்கும் பதிலளிக்கிறார்கள்.

இப்படிப்பட்ட எழுத்தாளர்களைத்தான் முத்துலிங்கம் நேர்கண்டிருக்கிறார். கனடாவிலிருந்து இதுவரை ஒருவருக்கும் நோபல் பரிசு கிடைக்கவில்லை. அது கிடைக்குமானால் அதற்குத் தகுதியானவர்கள் என்று விமர்சகர்கள் குறிப்பிடுவது இரண்டு

பெண் எழுத்தாளர்களை: மார்கிரட் அட்வூட், அலிஸ் மன்றோ. இருவரது நேர்காணல்களும் இத்தொகுப்பில் இருக்கின்றன. அமெரிக்காவின் டோபையாஸ் வூல்ஃப் விருதுகள் பல வாங்கிக் குவித்தவர். இவரை 'எழுத்தாளர்களுக்கு எழுத்தாளர்'என்று சொல்கிறார்கள். டேவிட் செடாரிஸ் கடந்த பத்து ஆண்டுகளில் உலகப் பிரபலமான அமெரிக்க எழுத்தாளர். இவரது நூல்கள் 28 மொழிகளில் பெயர்க்கப்பட்டிருக்கின்றன. 30 இலட்சம் பிரதிகள் ஆங்கிலத்தில் மட்டும் விற்பனையாகியுள்ளன. டேவிட் ஓவன் புகழ்பெற்ற இலக்கிய இதழான நியூ யார்க்கரின் ஆசிரியர் குழுவில் பணியாற்றுகிறார். பிரபலமான கட்டுரையாசிரியர்.

ஆங்கிலத்தில் எழுதும் பிற மொழிக்காரர்களின் நேர்காணல் களும் நூலில் இருக்கின்றன. அமினாட்டா போர்னா ஆப்பிரிக்காவின் சியாரோ லியோனைச் சேர்ந்தவர். முகமது நஸீகு அலி ஆப்பிரிக்காவின் கானாவவைச் சேர்ந்தவர். முன்னவர் இங்கிலாந்திலும் பின்னவர் அமெரிக்காவிலும் வசிக்கின்றனர். இருவரும் இளைஞர்கள். தத்தமது முதல் நூலிலேயே ஆங்கில வாசகர்களின் பரவலான கவனத்தை ஈர்த்தவர்கள். டேவிட் பெஸ்மாஸ்கிஸ் முன்னாள் சோவியத் குடியரசின் லட்வியாவிலிருந்தும், ஷயாம் செல்வதுரை கொழும்பிலிருந்தும் கனடாவிற்கு அகதிகளாக வந்தவர்கள். மேரி ஆன் மோகன்ராஜும் இலங்கைத் தமிழ்ப் பெண். அமெரிக்காவில் குடியேறியவர். அகில் சர்மா எட்டு வயதில் இந்தியாவில் இருந்து தன் பெற்றோருடன் அமெரிக்காவிற்கு புலம் பெயர்ந்தவர். இவர்களனைவரும் எழுத்துலகில் அழுத்தமாகத் தடம் பதித்தவர்கள், பதித்துவருபவர்கள்.

அறியப்பட்ட ஆங்கில எழுத்தாளர்களைச் சுற்றி ஒரு வெளிச்சம் பரவுகிறது. ஊடகங்களும் வாசகர்களும் அவர்களை மொய்க்கிறார்கள். இது தமிழ்ச் சூழலிலிருந்து பெரிதும் மாறுபட்டது. அசோகமித்திரனால் வேளச்சேரியின் சந்தடி மிக்க தெருமுனையில் டீ குடித்துவிட்டுப் போக முடியும். அவரைக் கடந்து போகிற பலருக்கும் அவர் 187 சிறுகதைகளும் 7 நாவல்களும் 10 குறுநாவல்களும் 360 கட்டுரைகளும் 4 மொழிபெயர்ப்பு நூல்களும் 3 அபுனைவு நூல்களும் எழுதி யிருக்கிறார் என்று தெரியாது. தெரிந்தவர்களும் பார்த்தவுடன் பரவசமடையப்போவதில்லை. கி. ராஜநாராயணனுக்கு ஒரு கடுதாசி எழுதிப்போட்டால் அவரே கைப்படப் பதில் எழுதக்கூடும். நாஞ்சில்நாடனைத் தொலைபேசியில் அழைத்தால், போனை எடுப்பது அவராக இருப்பதற்கே சாத்தியம் அதிகம். தமிழ் எழுத்தாளர் சாதாரண ஜீவி. ஆனால் அறியப்பட்ட ஆங்கில எழுத்தாளர்களின் நிலை வேறு. டேவிட் பெஸ்மாஸ்கிஸ்

சொல்கிறார்: "சிறிது பிரபல்யம் கிடைத்துவிட்டால் போதும்; நிருபர்கள் பேட்டி கேட்டபடியே இருக்கிறார்கள். எழுத்தாளர்கள் அழைக்கிறார்கள். வாசகர்கள் கடிதம் போடுகிறார்கள். மின்னஞ்சல் முகவரியை எப்படியோ கண்டுபிடித்து மடல் அனுப்புகிறார்கள்." எழுத்தாளனின் நேரம் அருமையானது. அமினாட்டா ஃபோர்னா, "என்னுடைய நேரத்தை ஒரு கருமிபோலப் பாதுகாக்க வேண்டியிருக்கிறது" என்கிறார். ஆகவே எழுத்தாளர்கள் பலரும் தங்கள் முகவரி, மின்னஞ்சல் விலாசம், தொலைபேசி எண் போன்றவற்றைப் பூதம் புதையலைக் காப்பது போலக் காப்பாற்றுகிறார்கள். என்றாலும் முத்துலிங்கம் அசரவில்லை. சிலரது தொலைபேசி எண்கள் கிடைக்கின்றன. ஆனால் மறுமுனையில் எப்போதும் இயந்திரக் குரல். இவர் தொடர்ந்து தகவல்களைப் பதிவிடுகிறார். எழுத்தாளர்களை நேர்காணும் விருப்பத்தைத் தெரிவித்து அவர்களது பதிப்பாளர்களுக்கும் முகவர்களுக்கும் எழுதிப் போடுகிறார். சிலர் படைப்பிலக்கியம் படிப்பிக்கிறார்கள். அந்தப் பல்கலைக்கழகங்களுக்கு எழுதுகிறார். சில எழுத்தாளர்களின் மனைவிமார்களைப் பிடித்து சிபாரிசு செய்யச் சொல்கிறார். சினிமா நடிகையை நிருபர்கள் துரத்துவது போல் துரத்துகிறார். இவருடைய விடாமுயற்சிக்கும் ஆர்வத்திற்கும் அவர்கள் மதிப்புக் கொடுக்க வேண்டியிருக்கிறது.

பாதுகாப்பு அரண்களைக் கடந்து உள்ளே போனால் இந்த எழுத்தாளர்கள் பலரும் எளிமையானவர்களாகவே தென்படுகிறார்கள். இவர்களின் அர்ப்பணிப்பு அபாரமானது. யாரும் தன்னால் போகிற போக்கில் எழுதிவிட முடியும் என்று மார்தட்டிக்கொள்ளவில்லை. பல முறை திருத்தித் திருத்தி எழுதுவேன் என்கிறார் டேவிட் செடாரிஸ். "கடற்கரையிலே உருண்டு உருண்டு உண்டான கூழாங்கல்லைப் போல பல மணிநேர உழைப்பு ஒவ்வொரு வசனத்திலும் இருக்கிறது" என்கிறார் அவர். டேவிட் பெஸ்மாஸ்கிஸ், "மிகக் கடினமாக வேலை செய்துதான் எனக்குள் அடைபட்டிருக்கும் வார்த்தைகளை என்னால் மீட்க முடிகிறது" என்கிறார். டோபையாஸ் வூல்ஃப் இதை வேறு விதமாகச் சொல்கிறார்: "நீங்கள் ஒரு வார்த்தைக்காகத் தேடி அலைகிறீர்கள். அப்படி ஒரு வார்த்தை இருப்பது உங்களுக்குத் தெரியும். அது என்னவென்று தெரிவதில்லை. அந்த வார்த்தை திடீரென்று தோன்றும் கணம் கிடைக்கும் மகிழ்ச்சிக்கு அளவேயில்லை."

முத்துலிங்கம் இந்த எழுத்தாளர்களிடத்தில் அவர்களது படைப்புகளிலிருந்து கேள்விகள் கேட்கிறார். இவரது நுட்பமான வாசிப்பு பலரை இளக்கிவிடுகிறது. இன்னும் இவர்களது

வாழ்க்கை குறித்தும் வசப்படுத்தியிருக்கும் படைப்புமொழி குறித்தும் கேட்கிறார்.

'ஏன் எழுதுகிறீர்கள்' என்பது முத்துலிங்கம் பலரிடமும் கேட்கும் இன்னொரு கேள்வி. எழுத்து தன்னைத் தேர்ந்தெடுத் திருப்பதாக நினைக்கிறார் ஷ்யாம் செல்வதுரை. எழுத்து தன் உயிருக்குச் சமானம் என்கிறார் அகில் சர்மா. அதில் உண்மை இருக்க வேண்டும். எழுத்திற்காகத் தனது மில்லியன் டாலர் வருமானமுள்ள வங்கி வேலையை உதறியவர் அவர். "28 ஆண்டுகளாக ஒரு நாளும் தவறாமல் எழுதுகிறேன். ஒரு பழக்கம் என்று வைத்துக்கொள்ளுங்கள்" என்கிறார் டேவிட் செடாரிஸ்.

ஆங்கில எழுத்தாளர்களிடத்தில் அவர்களது எழுதும் முறை, நடைமுறை ஒழுங்கு இவற்றைப் பற்றிக் கேட்பதும் ஒரு நேர்காணல் மரபு. எழுத்தாளர்கள் எழுதத் தேர்ந்தெடுக்கும் நேரம் என்ன? ஒரு படைப்பை எழுதி முடிக்க எத்தனை காலம் எடுக்கும்? எழுதும் நாற்காலியும் மேசையும் எப்படி இருந்தால் பிடிக்கும்? எப்படி எழுதுவார்கள் – பேனாவிலா பென்சிலிலா, இல்லை நேரடியாகக் கணினியிலா? – இன்னோரன்ன கேள்விகள். முத்துலிங்கமும் எழுதும் முறைகளைக் குறித்துக் கேட்கிறார். பகல் நேரங்களிலேயே எழுதுவதாகச் சொல்கிறார் அமினாட்டா ஃபோர்னா. இடையிடையே உலாத்தப் போவதாகவும் சொல்கிறார் அவர். டேவிட் பெஸ்மாஸ்கிஸிற்கும் காலை நேரமே உவப்பானது. மிக மெதுவாகத்தான் எழுத முடிகிறது என்கிறார். எனில் அதற்காக அவர் வருத்தப்படுவதாகத் தெரியவில்லை. பலரும் குறிப்புப் புத்தகங்களைக் கொண்டு திரிகிறார்கள். திடீரென்று தோன்றும் வார்த்தையினையோ கருத்தையோ தவற விடாமல் இருப்பதற்கு.

ஒரு எழுத்தாளர் எழுதும் முறையினையோ, ஒழுங்கையோ, ஒழுங்கின்மையினையோ தெரிந்துகொள்வதால் வாசகருக்கு என்ன பலன்? ஆரம்ப எழுத்தாளர் இதிலிருந்து கற்றுக் கொள்ள என்ன உண்டு? ஒவ்வொருவரது எழுதும் முறையும் அவர்களுக் கானது. அதை அவரவரே கண்டுணர வேண்டும். என்றாலும் அபிமான/அறியப்பட்ட எழுத்தாளரின் எழுதும் முறைகளை அறிந்துகொள்வது சுவாரஸ்யமானது. மேலும் அது எழுத்திற்குப் பின்னால் உள்ள உழைப்பையும் படைப்பு உருவாக்க மனத்தை யும் புழுதி படிந்த சித்திரம் போல் அறியத் தருகிறது. தமிழ் நேர்காணல்களில் ஏனோ எழுதும் முறைகள் குறித்துக் கேட்கப்படுவதாகத் தெரியவில்லை.

தமிழில் கடந்த இரண்டு தசாப்தங்களில் பொருட்படுத்தத் தக்க நேர்காணல்கள் இலக்கிய இதழ்களில் வெளியாகி இருக்கின்றன. தமிழ் எழுத்தாளர்களின் நேர்காணல்களும் இதில்

அடக்கம். அவர்களின் வாழ்க்கையும் படைப்புகளும் இலக்கியக் கோட்பாடுகளும் உரையாடல்களில் இடம் பெற்றிருக்கின்றன. எனில் நான் வாசித்து எனக்கு நினைவிருக்கிற வரையில் அவர் களின் எழுதும் முறைகளைப் பேட்டியாளர்கள் கேட்பதில்லை. கந்தனின் ஒரு நாள் வாழ்க்கையை எழுத ஜி. நாகராஜனுக்கு எத்தனை நாள்கள் வேண்டி வந்திருக்கும்? இதை அவர் நோட்டுப் புத்தகத்தில் எழுதியிருப்பாரா அல்லது வெள்ளைத் தாளில் எழுதியிருப்பாரா? யமுனா 'இதுக்குத்தானா?' என்று கேட்பது தி. ஜானகிராமனுக்கு எழுதும்போதே மின்னலடித்தது போல் பட்டுத் தெறித்திருக்குமா அல்லது அந்தக் கேள்வியை அவர் பல நாள் அடைகாத்திருப்பாரா? எப்படியாகிலும் இதை அவர் பவுண்டன் பேனாவில்தான் எழுதியிருக்க வேண்டும். ஜே.ஜே.யின் மொழியை வேட்டை நாயின் கால் தடத்தோடு ஒப்பிடுகிறாரே சுந்தர ராமசாமி, அதை பவுண்டன் பேனாவில் எழுதியிருப்பாரா?, பால் பாயிண்ட் பேனாவில் எழுதியிருப்பாரா? எழுத்தாளனை மதிக்கும் சமூகந்தான் அவன் எழுதும் முறை களைக் குறித்தும் அக்கறை காட்டுமோ?

முத்துலிங்கத்தின் நேர்காணல்கள் ஆங்கிலத்தில் எடுக்கப் பட்டவை. ஆனால் தமிழ் வாசகருக்காகவே நடத்தப்பட்டவை. முத்துலிங்கத்தின் மொழி எந்த இடத்திலும் தமிழ் வாசகருக்கு அந்நியப்பட்டு நிற்கவில்லை. அது தமிழ்ப் பண்பாட்டையும் உள்வாங்கி நிற்கிறது. நாடக நெறியாளர் டீன் கில்மோர் என்பவருடன் மேடை உபகரணங்களைக் குறித்துப் பேசுகிறார் முத்துலிங்கம். கதையை வெளிக் கொண்டுவரும் கருவியாகவே உபகரணங்களைப் பார்க்கிறார் கில்மோர். அவர் சொல்கிறார்: "கதை மாறுவதே இல்லை. அது அங்கே சம்மணமிட்டு உட்கார்ந்திருக்கிறது". சம்மணமிட்டு உட்காரும் வழமை இல்லாத கில்மோர் இதை வேறு வார்த்தைகளில்தான் சொல்லியிருக்க வேண்டும். முத்துலிங்கத்தின் மொழிபெயர்ப்பில் அது தமிழ் பண்பாட்டின் வழி வாசகரை வந்தடைகிறது. மார்கிரட் அட்வூட் தனது நேர்காணலில் ஹோமரின் ஒடிசி காவியத்திலிருந்து சில வரிகளை மேற்கோள் காட்டுகிறார். பிறிதொரு நேர்காணலில் ஷேக்ஸ்பியரின் சமகாலத்தவரான எலிஸபெத் கேரி என்பவரின் நாடகத்திலிருந்து சில வரிகள் வருகின்றன. இந்த வரிகளை எல்லாம் முத்துலிங்கம் தமிழ்ப் படுத்தியே தருகிறார்.

இந்த நேர்காணல் கட்டுரைகளின் இன்னொரு சிறப்பம்சம் இவற்றின் கட்டுமானம். பெரும்பாலான நேர்காணல்கள் சம்பிரதாயமான கேள்வி–பதில் வடிவத்திலேயே இருக்கிறது. என்றாலும் ஆசிரியர் கூற்றாக எழுத்தாளரையும் அவரது

படைப்புகளையும் அறிமுகப்படுத்துகிற முன்னுரையும், நேர்காணல் அனுபவத்தை உள்ளடக்கிய முடிவுரையும் இடம் பெறுகின்றன. கேள்வி–பதில் எனும் இறுக்கமான வடிவத்திற்கு வெளியேயும் பேசுவதற்கு இது வழி செய்கிறது. இளைஞரான டேவிட் பெஸ்மாஸ்கிஸின் நேர்காணல் துவங்கும் முன்பு அவரது உடையையும் சிநேக பாவத்தையும் குறித்துச் சொல்லிச் செல்லும் ஆசிரியர், அவரிடத்தில் மூத்தவர்களை மதிக்கும் பண்பு இருக்கிறது என்றும் சொல்கிறார். நேர்காணலின் போது புலம்பெயர் வாழ்க்கையில் அவரது பெற்றோர்கள் அனுபவித்த இன்னல்கள், அதற்கிடையிலேயும் அவர்கள் காட்டிய அன்பு, அதை வெளிப்படுத்தும் அவரது எழுத்து ஆகியவை குறித்து பெஸ்மாஸ்கிஸ் பேசும்போது முன்சொன்ன முகவுரை வாசகனுக்கு உதவுகிறது. இதைப் போலவே டோபையாஸ் வூல்ஃபின் அறிமுகவுரையில் வரும், 'பேசுவதற்கு நட்பாகவும் மரியாதையுடன் கூடிய கண்டிப்புடனும் இருந்தார்' எனும் வரி பிற்பாடு அவர் தெரிவிக்கும் கருத்துக்களுக்கு வாசகரைத் தயார்ப்படுத்துகிறது.

முன்னுரைகளைப் போலவே முடிவுரைகளும் அலாதியான வாசக அனுபவத்தை நல்குகின்றன. டேவிட் செடாரிஸின் நேர்காணல் ஓர் எடுத்துக்காட்டு. நேர்காணல் முடிந்ததும் டேவிட்டுக்கு சிகரெட் பிடிக்க வேண்டும் போல் இருக்கிறது. அவர் தங்கியிருக்கும் ஹோட்டலில் சிகரெட் பிடிக்க முடியாது. அவர் முத்துலிங்கத்துடன் வெளியே வருகிறார். அடுத்த நேர்காணலுக்காக ஓர் இளம்பெண் வந்திருக்கிறாள். 'தன்னிடம் இருந்த சிரிப்பில் ஒரு பெரிய சிரிப்பை எடுத்துச் சொண்டிலே வைத்துக்கொண்டு அவள் உள்ளே டேவிட்டுக்காகக் காத்திருக்கத் தொடங்கினாள்'. அப்போது கலைந்த தலைமுடியும் கிழிந்த காலணியும் அணிந்த ஒரு ரோட்டோரப் பெண் டேவிட்டிடம் நேராக வந்து ஒரு சிகரெட் கேட்கிறாள். முத்துலிங்கம் தொடர்ந்து சொல்கிறார்:

'டேவிட் பேசுவதை நிறுத்தவில்லை. திரும்பி அவளைப் பார்க்கக்கூட இல்லை. கால்சட்டைப் பைக்குள் கையை விட்டார். அவர் பையில் ஒரேவொரு சிகரெட்தான் இருந்தது. அதை எடுத்துக் கொடுத்தார். அந்தப் பெண் வாய் திறக்காமல் நெருப்புக்காக நின்றாள். அதையும் பற்ற வைத்தார். ஆனால் என்னுடன் தொடர்ந்து பேசிக்கொண்டே இருந்தார். இந்த விவகாரம் ஒவ்வொரு நாளும் நடப்பதுபோலச் சாதாரணமாக நடந்து முடிந்தது. அவள் நன்றி என்னும் வார்த்தையை வெளியே விடாமல் பத்திரப்படுத்தியபடியே திரும்பினாள்.

நானும் விடை பெற்றுக்கொண்டு புறப்பட்டேன். அவர் அடுத்த பேட்டிக்குத் தயாரானார். எனக்கு முன்னால் அந்தப்

பெண் போய்க்கொண்டிருந்தாள். தலைக்கு மேல் புகை வட்டம் குடைபோலப் போனது. அவள் நடையில் ஒரு துள்ளல் இருந்தது.'

இந்தக் காட்சியில் இரண்டு பெண்கள் வருகிறார்கள். முன்னவள் ஒரு சிரிப்பை எடுத்து உதட்டிலே வைத்துக் கொள்கிறாள். அந்தச் சிரிப்பு அவள் உள்ளுக்குள்ளேயிருந்து வருவதில்லை. வெளியேயிருந்து எடுத்து வைத்துக்கொள்கிறாள். பின்னவள் நன்றி என்னும் வார்த்தையை வெளியே விடுவதில்லை. அதானாலென்ன? அது அவள் உள்ளேயிருக்கிறது. அவள் வெளிப்படுத்துவதில்லை. அவளுடைய நடையில் ஒரு துள்ளல் இருப்பதாகத் தொடர்ந்து சொல்கிறார். அந்தத் துள்ளல் ஆசிரியரையும் தொற்றியிருப்பதாகத் தோன்றுகிறது. டேவிட் அந்தப் பெண்ணிற்கு நெருப்போடு துள்ளலையும், முத்துலிங்கத் திற்கு இலக்கியத்தோடு உற்சாகத்தையும் பற்ற வைத்திருக்க வேண்டும். அலிஸ் மன்றோ தனது நேர்காணலில், 'ஒரு படைப்பில் உள்ள வசனம் சொல்லுவது அதில் உள்ள வார்த்தைகளின் சேர்க்கையிலும் பார்க்க அதிகமாக இருக்க வேண்டும்' என்கிறார். முத்துலிங்கத்தின் வசனங்கள் அதைச் செய்கின்றன. இதனால் நேர்காணல் கட்டுரைகளே ஒரு படைப்பாக, இலக்கியமாக மாறிவிடுகின்றன.

'வியத்தலும் இலமே' எனும் தலைப்பு, நூலில் இடம்பெறும் எழுத்தாளர்கள் அனைவரும் மாட்சியிற் பெரியோர் என்பதையும் தெரிவிக்கிறது. எழுத்தாளர்கள் அல்லாத சிலரின் நேர்காணல்களும் நூலில் இடம் பெறுகின்றன. பறவையியல் விஞ்ஞானி, மாரத்தான் ஓட்ட வீராங்கனை, கலிபோர்னியாப் பல்கலைக் கழகத்தின் தமிழ்ப் பேராசிரியர் ஜார்ஜ் எல் ஹார்ட் ஆகியோரின் நேர்காணல்களும் இருக்கின்றன. இவர்களும் மாட்சியிற் பெரியோர்தாம். இவர்களின் நேர்காணல்களும் காத்திரமானவைதாம். ஆனால் முழுத் தொகுப்பையும் எழுத்தாளர்களை மையப்படுத்தி உருவாக்கியிருக்கலாமோ என்று தோன்றுகிறது. அப்போது தொகுப்பிற்கும் சிறப்பான நோக்கமும் திசை வழியும் வாய்த்திருக்கும். இந்தத் தொகுப்பு தமிழுக்கு வாராதுபோல் வந்திருக்கும் மாமணி. இப்படியான நூல்களை முத்துலிங்கம் போன்றவர்களாலேயே தமிழுக்குக் கொண்டுவந்து சேர்க்க முடியும். அதனாலேயே எதிர்பார்ப்பும் அதிகமாகிறது.

சென்னைப் புத்தகக் கடையில் இந்நூலின் இரண்டு பிரதிகள் வாங்கினேன். தமிழ் நூல்கள் வாங்க முடியாத ஊரில் வசிக்கும் நண்பருக்கும் சேர்த்து. அவர் நூலை வாசித்துவிட்டுச் கூச்சமாக இருப்பதாக எழுதி இருந்தார். இப்பேர்ப்பட்ட எழுத்தாளர்கள் பலரை வாசித்ததில்லையே என்கிற கூச்சம்.

நான் அக்மார்க் தமிழ் வாசகன். எனக்குக் கூச்சம் ஒன்றும் இல்லை. என்றாலும் இந்த எழுத்தாளர்களை வாசிக்க வேண்டும் என்று தோன்றியிருக்கிறது. ஹாங்காங் நூலகத்திலிருந்து அலிஸ் மன்றோ, மார்கிரட் அட்வூட், டேவிட் செடாரிஸ் ஆகியோர் எழுதிய தலா இரண்டு நூல்களை இரவல் வாங்கியிருக்கிறேன். ஹாங்காங் நூல் நிலையங்களில் ஒருவர் ஆறு புத்தகங்கள்வரை எடுக்கலாம். இரண்டு வாரம் கெடு. அதற்குள் இணைய வழியாகவோ நேராகவோ நீட்டித்துக் கொள்ளலாம் – ஆறு முறை. பன்னிரெண்டு வாரங்களுக்குள் சில படைப்புகளையேனும் நான் வாசிக்கக்கூடும். பிற்பாடு சில நூல்களை நான் வாங்கவும் கூடும். புதிய சாளரங்கள் வழி புதிய காற்று என்னை வருடக்கூடும்.

'வியத்தலும் இலமே' என்னுள் இன்னொரு மாற்றத்தையும் உண்டாக்கியிருக்கிறது. முத்துலிங்கம் வெகு தொலைவில் வசிக்கிறார். என்றாலும் எப்போதேனும் நான் அவரைச் சந்திக்கக் கூடும். அப்போது நான் அவரிடத்தில் பேசுவேன். "ஐயா, ஆங்கில எழுத்தாளர்களை ஒரு வாசகனாகப் படித்து, ஒரு ரசிகனாக வியந்து, ஒரு விமர்சகனாக நுணுகி ஆராய்ந்து, ஒரு நிருபராகப் பேட்டி கண்டு, ஒரு மொழிபெயர்ப்பாளனாய் உரையாடலைத் தமிழ்ப்படுத்தி, கடைசியாக ஒரு படைப்பாளி யாய்த் தொகுத்துக் கட்டுரையாக்கி வழங்குகிறீர்கள்" என்று கோர்வையாக என்னால் அப்போது பேச முடியாமல் போகலாம். "ஐயா, நான் உங்கள் வாசகன்" என்று மட்டுமாவது சொல்லுவேன்.

தீராநதி, செப்டம்பர் 2007/ திண்ணை.காம் 4.10.2007

7

எல்லையைக் கொஞ்சம் நீட்டுவது

எனக்குத் தெரிந்த பதின்மூன்று வயதுப் பையனொருவன் ஒரு ஞாயிறுக்கிழமை காலையில் சீருடை அணிந்து வெளிக்கிளம்பத் தயாராகிக் கொண்டிருந்தான். 'ஒரு *project work* இருக்கிறது' என்றான். ஹாங்காங் பள்ளிக்கூடங்களில் பாடப் புத்தகங்களிலிருந்து கொடுக்கப்படும் வீட்டுப் பாடங்களைக் காட்டிலும் திட்டப்பணிகள் அதிகம் என்று நான் தெரிந்து வைத்திருந்தேன். 'என்ன *project*' என்று விசாரித்தேன். 'நகரின் பிராதான சுற்றுலாத் தலங்களுக்குப் போய் வெளிநாட்டுப் பயணிகளை நேர்காண வேண்டும்' என்றான். சுற்றுலா, நகரின் பொருளாதாரக் கண்ணிகளுள் முக்கியமானது. அதனால், 'என்ன கேட்பீர்கள்' என்று வினவினேன். வசிப்பிடம் எப்படியிருக்கிறது, விரும்பும் உணவு கிடைக்கிறதா, மக்களின் விருந்தோம்பல் திருப்தியளிக்கிறதா என்கிற ரீதியில் கேள்விகளின் பட்டியல் ஒன்று பையனிடம் இருந்தது. 'மூன்று பேர் அடங்கிய குழு பயணிகளை நேர்காணும்' என்றான். 'எதற்கு மூன்று பேர்' என்று கேட்டேன். பையன் பொறுமை இழப்பது மாதிரிப் பட்டது. என்றாலும் பதில் சொன்னான். கேள்விகள் கேட்பதும் ஒலிப்பதிவு செய்வதும் ஒருவன், படங்கள் எடுப்பதும் தேவைப்பட்டால் துணைக் கேள்விகள் கேட்பதும் ஒருவன், பயணியின் முகக்குறிப்பையும் உடல் மொழியையும் குறித்துக்கொள்ள ஒருவன்.

முகக்குறிப்பை வைத்துக்கொண்டு என்ன செய்வீர்கள் என்பது எனது அடுத்த கேள்வியாக இருந்தது. பதில் சொல்லத்தான் பையன் என் முன்னால் இல்லை. அந்தக் கேள்வி அவனுக்கு அபத்தமாகப்பட்டிருக்கலாம், எரிச்சல் ஏற்படுத்தியிருக்கலாம், அல்லது உள்ளபடியே அவனுக்கு நேரமாகிவிட்டிருக்கலாம்.

மேற்படிச் சம்பவத்திற்குச் சில மாதங்கள் கழித்து அ. முத்துலிங்கத்தின் "வியத்தலும் இலமே" என்கிற நூலைப் படிக்க வாய்த்தது. மிகுதியும் ஆங்கில எழுத்தாளர்களின் நேர்காணல்கள் அடங்கிய இத்தொகுப்பில் மாரத்தான் ஓட்டப் பயிற்சி பெறும் ஓர் அமெரிக்கப் பெண்ணின் நேர்காணலும் இருக்கிறது. இந்த நேர்காணலை முன்னரே வாசித்திருந்தால் பையன் என் முன்பிருந்து ஓடும்படியான கேள்வியை ஒருவேளை நான் கேட்டிருக்க மாட்டேன். தமிழில் இதுவரை எனக்கு வாசிக்கக் கிடைத்திருக்கும் நேர்காணல்கள் எல்லாவற்றையும்விட இந்த நேர்காணல் வித்தியாசமானது. தமிழ் நேர்காணல்களை அடுத்த கட்டத்திற்கு எடுத்துச் செல்வது.

தமிழில் வெகுஜனப் பத்திரிக்கைகள் நேர்காணத் தகுதியானவர்களை இரண்டு வகையாகப் பிரிக்கலாம். அரசியல்வாதிகள், சினிமாக்காரர்கள். கேள்விகளையும் இரண்டு வகையாகப் பிரிக்கலாம். ஜால்ரா சங்கீதம் ஒலிக்கும் கேள்விகள் முதல் வகை. எதிராளியை முழி பிதுங்க வைக்கும் அல்லது அவரது வாயிலிருந்து வார்த்தைகளைப் பிடுங்கும் கேள்விகள் அடுத்த வகை.

எண்பதுகளில் தமிழின் குறிப்பிடத்தக்க நேர்காணல்கள் சிறு பத்திரிக்கைகளில் அவ்வப்போது வெளிவந்தன. எனில், அதில் ஒரு போக்கை ஏற்படுத்தியது 90களின் துவக்கம் முதல் 'சுபமங்களா'வில் வெளியான நேர்காணல்கள் எனலாம். எழுத்தாளர்கள், இதழியலாளர்கள் மற்றும் விமர்சகர்களின் நேர்காணல்கள் படங்களுடன் வெளியாகின. நேர்காணல்களின் உள்ளடக்கமே அதன் அளவைத் தீர்மானித்தது. 90களின் மத்தியில் தொடங்கி நாளதுவரை தொடர்பவை 'காலச்சுவடின் நேர்காணல்கள். பல அமர்வுகளில் மணிக்கணக்காகப் பதிவு செய்யப்பட்டு பெயர்த்தெழுதப்பட்டுச் செப்பனிடப்பட்டவை. 'ஒருவரது கருத்துக்களைப் போலவே அந்த இடங்களுக்கு அவர் வந்து சேர்ந்த வழிமுறைகளும்' நேர்காணலில் வெளிப்பட வேண்டும் என்னும் நோக்கமுடையவை. அரசியல், சமூகம், திரைப்படம், மொழி என்று பலதளங்களில் இயங்குவோரின் நேர்காணல்கள் 'தீராநதி'யிலும் 'புதிய பார்வை'யிலும் இடம் பெறுகின்றன. பல சிற்றிதழ்கள் காத்திரமான நேர்காணல்களை

வெளியிடுகின்றன. 'சுபமங்களா', 'காலச்சுவடு', 'தீராநதி', 'புதிய பார்வை' முதலான இதழ்களில் வெளியான குறிப்பிடத்தகுந்த நேர்காணல்கள் நூல்வடிவமும் பெற்றிருக்கின்றன. இந்த நூல் களின் வரிசையில் இணைந்திருக்கிறது 'வியத்தலும் இலமே'.

இந்த நூலில் இடம் பெற்றிருக்கும் பெரும்பாலான நேர்காணல்கள் சம்பிரதாயமான கேள்வி–பதில் வடிவத்தில் அமைந்தவைதாம். என்றாலும் தமிழ் வாசகர்களுக்கு ஆளுமை களை அறிமுகப்படுத்தும் விதமாக ஒரு முன்னுரையும், நேர்காணல் அனுபவத்தைக் குறித்து ஆசிரியரின் கருத்தாக ஒரு முடிவுரையும் பல நேர்காணல்களில் அமையப்பெற்று அவை வாசகனுக்கு நெருக்கமாகின்றன. எனில் மாரத்தான் ஓட்டக்காரியின் 'உனக்கு எதிராக ஓடு' எனும் இந்த நேர்காணல் ஒரு கட்டுரை வடிவத்திலேயே அமைந்திருக்கிறது. கேள்வி–பதில்கள் இடம் பெறுகின்றன. ஆனால் அவை உள்ளுக்குள் பொதிந்திருக்கின்றன. இதனால் மொத்தக் கட்டுரையும் ஆசிரியரின் பார்வைக் கோணத்திலேயே விரிகிறது. கட்டுரையை எனக்குத் தெரிந்தவரை கீழே சுருக்கித் தருகிறேன்.

❍

டொராண்டோ விமான நிலையத்தில் கனடாவைச் சுற்றிப் பார்க்க வரும் ஜெனிவீவ் கைலி என்கிற அமெரிக்க இளம் பெண்ணை வரவேற்பதற்காக முத்துலிங்கம் தம்பதிகள் காத்திருப்பதிலிருந்து கட்டுரை தொடங்குகிறது. இரண்டு நாளில் ஊர் சுற்றிப் பார்த்துவிட்டுத் திரும்பிவிடும் ஜெனிவீவ், 2008 பெய்ஜிங் ஒலிம்பிக்கின் மாரத்தான் ஓட்டத்தில் பங்குபெறப் பயிற்சி பெறுகிறாள் என்பது தம்பதிகளுக்கு அவள் கனடாவிற்கு வந்த பிறகுதான் தெரிகிறது. ஜெனிவீவைப் பார்த்தால் பெரிய ஓட்டக்காரி மாதிரி தெரியவில்லை. 'சாம்பல் முடி, நீலக் கண்கள், இடையை இறுக்கிப் பிடிக்கும் ஜீன்ஸ், ஐந்து அடி உயரம், எடை 90 றாத்தல் மதிக்கலாம்'

ஒலிம்பிக் ஓட்டக்காரர் ஒருவர் எப்படி இருக்க வேண்டும் என்பது தனக்குத் தெரியாது எனும் ஆசிரியர் தொடர்ந்து சொல்கிறார்: 'கடைசியாக ஏதென்சில் நடந்த ஒலிம்பிக் போட்டியில் 929 பதக்கங்கள் வழங்கப்பட்டன. அதில் அமெரிக்காவுக்கு 103 பதக்கங்கள், கனடாவுக்கு 12, இந்தியாவுக்கு ஒன்றே ஒன்று கிடைத்தது. இலங்கைக்கு அதுவுமில்லை. இந்த வெட்கம் கெட்ட நிலையில் ஒலிம்பிக் ஓட்டக்காரர் ஒருவர் நேரில் எப்படித் தோற்றமளிப்பார் என்பதை ஊகிக்க முடியும்'. முத்துலிங்கத்திற்குத் தெரிந்த ஓட்டக்காரர் அவர் கிராமத்தைச்

சேர்ந்த ஆறுமுகதாஸ் மட்டுமே. ஆறுமுகதாஸ் ஒரு-மைல் ஓட்டக்காரர். சுற்று வட்டாரத்தில் இவரை வெல்ல ஆளில்லை. பிற்பாடு ஆறுமுகதாஸ் முத்துலிங்கத்திடம் தன் வெற்றியின் ரகசியத்தைச் சொல்கிறார்: 'போட்டியில் ஒரு மைல் ஓட வேண்டுமானால் இரண்டு மைல் தூரம் ஓடிப் பழக வேண்டும்'.

26.2 மைல்கள் தூரம் கொண்ட மாரத்தான் ஓட்டத்தின் பெயர்க் காரணமும் கட்டுரையின் இடையில் வருகிறது. 'கி.மு. 490இல் மரதன் என்னும் இடத்தில் கிரேக்கர்களின் படை பாரசீகப் பெரும்படையைப் போரில் தோற்கடித்தது. அந்த வெற்றியைச் சொல்வதற்கு ஃபெய்டிப்பிடீஸ் என்ற வீரன் 26.2 மைல்கள் தூரத்தை நிற்காமல் ஓடி ஏதென்ஸ் நகரை அடைந்து 'நாம் வென்றுவிட்டோம். கொண்டாடுங்கள்' என்று தகவல் சொல்லிவிட்டு அப்படியே சரிந்தான். அந்தக் கொண்டாட்டத்தில் கலந்துகொள்ள அவன் மட்டும் உயிரோடு இருக்கவில்லை.'

'ஓட்டக்காரர்கள் உயரமாக இருக்க வேண்டாமா' என்று ஜெனிவீவிடம் கேட்கிறார் முத்துலிங்கம். 'மரதன் ஓட்டத்திற்கு எடை கூடாமலும் உயரம் குறைவாகவும் இருந்தால் நல்லது'என்கிறாள் ஜெனிவீவ். அவள் ஒரு பயிற்சியாளரிடம் பயிற்சி பெறுகிறாள். பயிற்சி திருப்தியாக முடியும் பட்சத்தில் இறுதிப் பயிற்சிக்குத் தேர்வு செய்யப்படுவாள். இதற்கு அமெரிக்கா முழுவதிலிமிருந்து 300பேர் வந்திருப்பார்கள். இந்தப் பயிற்சியின் முடிவில் தெரிவு செய்யப்படும் முதல் மூன்று ஓட்டக்காரர்களே ஒலிம்பிக் போட்டியில் அமெரிக்காவின் சார்பில் கலந்துகொள்வார்கள்.

பயிற்சியின்போது ஒருபோதும் முழுத் தூரமும் ஓடுவதில்லை என்கிறாள் ஜெனிவீவ். அது ஓட்டப் பயிற்சி மட்டுமில்லை. உடற்பயிற்சி, ஓட்டம், நடை, நீச்சல், சைக்கிள் என்று மாறி மாறி வரும். பயிற்சியின் அளவும் கூடிக்கொண்டே போகும். அடுத்த நாள் என்ன செய்யப் போகிறீர்கள் என்பது உடம்புக்குத் தெரியக் கூடாது. உடம்பின் வலிமையைக் கூட்டிக்கொண்டே போக வேண்டும். போட்டி நாள் அன்று சேமித்து வைத்த சக்தி அனைத்தும் வெளியேறத் துடிக்கும். அன்றுதான் முழுமையாக 26.2 மைல்கள் ஓடி முடிப்பீர்கள்.

ஜெனிவீவ் நிறையச் சாப்பிடுகிறாள். ஓட்டக்காரர்கள் அளவாகச் சாப்பிட வேண்டாமோ? இல்லை. 'ஒரு சராசரி மனிதனுக்கு நாளுக்கு 2000 கலரி தேவை என்றால் ஒரு மரதன் ஓட்டக்காரர் 4000–5000 கலரி உணவைத் தினமும் சாப்பிட வேண்டும். இல்லாவிட்டால் பயிற்சியைத் தாங்க முடியாமல் உடம்பு நலிந்துவிடும்.'

இது முத்துலிங்கத்தின் நேரம்

ஜெனிவீவின் பயிற்சி முறைகள் கடுமையானவை. அவள் உடம்பும் மனமும் 2008ஆம் ஆண்டிலேயே குவிந்திருக்கின்றன. இந்தப் பெண்ணைப் பார்க்க ஆசிரியருக்குப் பரிதாபமாக இருக்கிறது. விமான நிலையத்தில் விடைபெறுமுன் அந்தக் கடைசிக் கேள்வியைக் கேட்கிறார்: “நீங்கள் எதற்காக உடம்பை இவ்வளவு வருத்திப் பிழிந்து இந்தப் போட்டிகளில் கலந்து கொள்ள வேண்டும்? உங்கள் பொழுதுபோக்குக்கு வேறு ஏதாவது தேர்வு செய்யலாமே?”

இந்தக் கேள்வி அவளை நிலைகுலைய வைத்துவிட்டது என்கிறார் ஆசிரியர். ஒரு கணம் என்ன பேசுவது என்று தெரியாமல் குழம்பும் ஜெனிவீவ் கடைசியில் ஒருவாறு நிதானித்து ஒவ்வொரு வார்த்தையாகப் பொறுக்கி எடுத்துப் பேசுகிறாள்: “ஜவலின் எறிபவர்கள், நீச்சல் வீரர்கள் எடை தூக்குபவர்கள், இவர்கள் எல்லாரும் தினம் தினம் தங்களை வருத்திப் பயிற்சி எடுக்கிறார்கள். போட்டிகளில் பங்குபற்றுகிறார்கள். எதற்காக இதைச் செய்கிறார்கள்? மனித உடம்பை அறிவதுதான் நோக்கம். உடம்பின் எல்லையைக் கண்டுபிடிப்பது. அதைச் சிறிது நீட்டுவது. இதுவும் ஒரு சேவைதான். அடுத்தவருக்கு.”

சொல்லி முடித்ததும் அவள் முகம் சிவந்து போய் விடுகிறது. பிறபாடு விடைபெறும் வரை அவள் முத்துலிங்கத்தோடு எதுவும் பேசுவதுமில்லை. ஆசிரியர் கட்டுரையை இப்படி முடிக்கிறார்:

‘2008ஆம் ஆண்டு பெய்ஜிங்கில் 202 நாடுகள் பங்குபற்றும் ஒலிம்பிக் போட்டியில் பெண்களுக்கான மரதன் ஓட்டத்தில் கலந்துகொள்ளும் 80–90 ஓட்டக்காரர்களில் மூன்று அமெரிக்கப் பெண்களும் இருப்பார்கள். அவர்களில் சாம்பல்முடி, நீலக்கண்கள், ஐந்தடி உயரம், 90 றாத்தல் எடைகொண்ட ஒரு பெண்ணும் இருக்கலாம்; இல்லாமலும் போகலாம். போட்டி முடிவு அறிவித்ததும் மேடை ஏறிய ஒரு பெண் தன் தங்கப் பதக்கத்தை முத்தமிட்டு, ஒரு கையால் அதைத் தூக்கிக் காட்டியபடி மறுகையை அசைத்துச் சுழலுவாள். அந்தக் கணம் அவளைக் கோடி சனங்கள் உலகம் முழுதும் தொலைக்காட்சித் திரைகளில் கண்டு களிப்பார்கள். அவளுடைய சாதனைக்கான சக்தியை அவள் தன் உடலின் ஒவ்வொரு அணுவையும் கசக்கி, வருத்தி, உறிஞ்சிப் பறித்திருப்பாள். அவள் கடந்து வந்த மைல்களை, செய்த தியாகங்களை, பட்ட இன்னல்களை, கெடுத்த தூக்கங்களை நான் நினைத்துப் பார்ப்பேன். அப்பொழுது அந்தப் பெண் மனித உடலின் எல்லையை மேலும் ஓர் அங்குலம் நகர்த்தியிருப்பாள்.’

இந்தக் கட்டுரையை வாசித்துக் கொண்டிருக்குபோதே எனக்கு ரத்தினம் நினைவுக்கு வந்தான். என்னுடன் உயர்நிலைப் பள்ளியில் படித்தவன். அப்போதெல்லாம் பத்தாம் வகுப்பில் விருப்பப் பாடம் ஒன்றைத் தெரிவு செய்ய வேண்டும். எங்கள் பள்ளியில் மூன்று பாடங்கள் இருந்தன. கணிதம், உயிரியில், வரலாறு. வருங்காலப் பொறியாளர்களும் மருத்துவர்களும் விஞ்ஞானிகளும் முதலிரண்டில் ஒன்றைத் தேர்ந்தெடுப்பார்கள். கணக்காளர்களும் அப்படியே. இதில் எதற்கும் லாயக்கில்லாதவர் களின் புகலிடம் வரலாறு. எழுதப்படாத சாதிப்பிரிவினை போல இது இயங்கி வந்தது. ரத்தினத்திற்கு வரலாறுதான் கிடைத்தது. அவன் பத்தாம் வகுப்பிற்கு வர முடிந்ததே பழனியப்பன் சாரின் சிபாரிசில்தான் என்று ஒரு பேச்சு இருந்தது. பழனியப்பன் சார் விளையாட்டு ஆசிரியர். ரத்தினம் அவரின் செல்லப் பிள்ளை. ரத்தினமும் ஜெனிவீவைப் போல ஆறுமுகதாஸைப் போல ஒரு ஓட்டக்காரன்தான். ஆனால் அவர்களைப் போல நீண்டதூர ஓட்டக்காரன் இல்லை. 100மீட்டர் ஓட்டக்காரன். வாலில் பந்தம் கொளுத்திவிட்ட ராக்கெட்டைப் போல சீறி வருவான். 100x4 ரிலே ரேசில் நான்காவது ஓட்டக்காரன் எப்போதும் ரத்தினம்தான். பங்காளிகள் எப்படிச் சொதப்பினாலும் அவன் இறுகப் பற்றிவரும் குறுந்தடிதான் வெற்றிக்கோட்டை முதலில் கடக்கும்.

'ரத்தினம் ஒரு நாள் 100மீட்டர் தூரத்தை 10 நொடிகளில் கடந்து விடுவான்' என்று சொல்லிக்கொண்டிருந்தார் பழனியப்பன் சார். அப்படி எதையும் ரத்தினம் செய்ததாகத் தெரியவில்லை. ஆனால் அந்த ஆண்டு அவனால் பத்தாம் வகுப்பைக் கடக்க முடியவில்லை. பழனியப்பன் சாரால்கூட அவனைக் காப்பாற்ற முடியவில்லை. பதினோரம் வகுப்பை (அன்றைய எஸ்.எஸ்.எல்.சி.) அவன் கடக்கவேயில்லை என்று பின்னாளில் கேள்விப்பட்டேன்.

எல்லாச் சர்வதேசப் போட்டிகளின் முடிவிலும் இந்தியாவின் அவமானகரமான தோல்வி பரிசீலிக்கப்படுகிறது. பள்ளிக்கூடங்கள் தோறும் ஆங்கில மோகத்தையும் ஏட்டுக் கல்வியையும் விதைத்து விட்டு, விளையாட்டில் வெற்றிகளை எப்படி அறுக்க முடியும் என்று யாரும் கேட்பதாகத் தெரியவில்லை.

விளையாட்டைக் குறித்த அக்கறையின்மையும் குறைபட்ட அறிவும் நிலவும் இந்திய–இலங்கைச் சூழலில் வளர்ந்த தமிழ் வாசகர்களை நோக்கித்தான் இந்தக் கட்டுரை எழுதப்பட் டிருக்கிறது. மாரத்தான் ஓட்டம், அதன் பின்னணி, பயிற்சிமுறை போன்றவை குறித்துச் சராசரித் தமிழ் வாசகர் அதிகம் அறிந்திருக்க வழியில்லை. இந்தத் தகவல்களைத் தனது மேதாவிலாசம் வெளிப்பட உயர்ந்த தளத்தில் அமர்ந்துகொண்டு

முத்துலிங்கம் பிரசங்கிக்கவில்லை. மாறாக வாசகனின் தோள் மீது கைபோட்டபடி, மாரத்தான் ஓட்டத்தைப் பற்றித் தான் அறிந்துவைத்திருந்ததெல்லாம் தவறானவை என்பது இந்தப் பெண்ணைப் பார்த்த பிற்பாடுதான் தெரியவந்தது என்று சொல்லிக் கொள்கிறார். இந்த எளிமையும் அவையடக்கமும் அவர் வலிந்து உருவாக்கிக்கொண்டதாகத் தெரியவில்லை. அது பதினாயிரம் பாட்டெழுதியவன் 'ஆசை பற்றி அறையலுற்றேன்' என்ற மரபிலிருந்து வந்திருக்க வேண்டும்.

ஓட்டக்காரர்கள் உயரமாக இருக்க வேண்டும்; நீண்ட கால்கள் கொண்டவராக இருக்க வேண்டும்; 26 மைல் ஓட வேண்டுமானால் அதனிலும் கூடிய தூரம் ஓடிப் பழக வேண்டும்; ஓட்டக்காரர்கள் அளவாகச் சாப்பிட வேண்டும்– இப்படியெல்லாம் நாம் நினைத்துக் கொண்டிருக்கிறோம். இவையே ஆசிரியரின் கேள்விகளாக உருவெடுக்கின்றன. ஆனால் உண்மை பொதுப்புத்தியில் பதிந்து கிடக்கும் கருத்துகளுக்கு எதிர்த் திசையில் இருக்கிறது. அவை ஜெனிவீவின் பதில்களில் வெளிப்படுகின்றன. பாடு பொருளும் புதிது; பாட்டுடைத் தலைவியும் புதியவள். என்றாலும் கட்டுரையின் ஒரு வாக்கியமும் அலுப்பூட்டவில்லை.

கேள்வி–பதில்களைப் பிரசுரிப்பதில் பல வழிமுறைகள் நடப்பில் உள்ளன. கேள்விக்கு முன்னால் நேர்காண்பவரின் பெயரையும் பதிலுக்கு முன்னால் விடையளிப்பவரின் பெயரையும் எழுதுவது ஒரு முறை. கேள்விகளைத் தடித்த எழுத்தில் எழுதுவது இன்னொரு முறை. 'வியத்தலும் இலமே' நூலின் பல பேட்டிகளில் இந்த முறையே கடைப்பிடிக்கப்படுகிறது. ஆனால், கட்டுரை வடிவத்தில் அமைந்திருக்கிற மாரத்தான் ஓட்டக்காரியின் நேர்காணலில் முத்துலிங்கம் இந்த இரண்டு வழிகளையும் கைக்கொள்ளவில்லை. ஆசிரியர் கூற்றாகப் பல தகவல்கள் வருகின்றன; இவை நேராகச் சொல்லப்படுகின்றன. அடுத்து ஜெனிவீவைப் பார்த்து ஆசிரியர் கேள்விகள் கேட்கிறார்; வினாக்களுக்கு முன்னும் பின்னும் மேற்கோள் குறிகள் நிற்கின்றன. ஜெனிவீவின் பதில்கள் தனிப்பத்தியில் வருகின்றன. ஒரே பத்தியில் வரும் கேள்விகளும் பதில்களும் 'நான் கேட்டேன்', 'அவள் சொன்னாள்' என்று அடையாளப்படுத்தப்படுகின்றன. இப்போது கட்டுரையில் மூன்று குரல்கள் ஒலிக்கின்றன. ஆசிரியர் தாமாகச் சொல்வது, ஆசிரியர் ஜெனிவீவிடம் கேட்பது, ஜெனிவீவ் பதிலளிப்பது. இவை மூன்றும் கட்டுரையில் ஒன்றன் மீது ஒன்று கவிந்து வருகின்றன. எனில் அடையாளப் படுத்தப்படுகின்றன. வாசகர் மூன்று குரல்களுக்கும் மெல்லப் பழகிவிடுகிறார். அப்போது முத்துலிங்கத்திற்கு அடையாளங்கள்

தேவைப்படுவதில்லை. மாராத்தான் போட்டியின்போதுதான் முழுத்தூரத்தையும் முதன் முதலாக ஓடுவோம் என்கிறாள் ஜெனிவீவ். ஆசிரியர், 'களைப்பு ஏற்படாதா' என்று கேட்கிறார். அடுத்த பத்தி வருமாறு:

எப்படி வரும். ஆறு மாத காலப் பயிற்சி அதற்குத்தானே. இந்தப் பயிற்சி இருந்திருந்தால் ஃபெய்டிப்பிடீஸ் பாவம் விழுந்து இறந்திருக்க மாட்டானே.

இந்தப் பத்தியில் மூன்று வாக்கியங்கள் உள்ளன. முதலிரண்டையும் சொல்வது ஜெனிவீவ். மூன்றாவது வாக்கியம் ஆசிரியர் கூற்று. மேற்கோள் குறிகளும் விளக்கவுரைகளும் இல்லாமல் வாசகனால் எது யாருடைய குரல் என இனங்காண முடிகிறது.

கட்டுரையின் உள்ளடக்கத்தில் மூன்று குரல்கள் உள்ளது போல் அதன் உருவத்திலும் மூன்று வடிவங்கள் ஒன்றன் மீது ஒன்றாகக் கவிந்து கிடக்கின்றன. கேள்வி–பதில்களைக் கொண்ட நேர்காணல், அனுபவங்களைப் பகிர்ந்துகொள்ளும் கட்டுரை, இவற்றுடன் முத்துலிங்கத்தின் புனைவு மொழியும் சேர்ந்து கொள்கிறது. எடுத்துக்காட்டாக ஜெனிவீவை யாழ்ப்பாணத்து அப்பம் சாப்பிடுவதற்காக உணவகத்துக்கு அழைத்துப் போகிற இடத்தைச் சொல்லலாம். அதிலிருந்து ஒரு பகுதி: 'உணவுக்கு ஓடர் பண்ணி அப்பம் சுடச்சுட வந்துகொண்டேயிருந்தது. எனக்கு முன் சாப்பிட்டவர் என்னுடைய பிளேட்டில் நண்டு சாப்பிட்டிருக்க வேண்டும். இவள் இடம் வலம் பார்க்கவில்லை. சாப்பிட்டுக் கொண்டேயிருந்தாள். ஒரு மரதன் ஓடியது போல பரிசாரகர்தான் களைத்துப்போனார். இந்தச் சிறிய பெண்ணின் உடம்பில் எங்கே அது போய்ச் சேர்கிறது என்று நாங்கள் வியப்படைந்தோம். ஓட்டக்காரர்கள் அளவாகச் சாப்பிட வேண்டுமல்லவா? அல்லது அவர்களுடைய எடை எக்கச்சக்க மாக ஏறி ஓட முடியாமல் போய்விடுமே.'

நேர்காணலும் கட்டுரையும் கதையும் பிணைந்த இந்த வடிவம் சம்பிரதாயமான நேர்காணல்களின் இறுக்கத்தை வெகுவாகத் தளர்த்திவிடுகிறது. 'காலச்சுவடு' நேர்காணல் ஒன்றின் முகவுரையில் பேட்டி கண்டவர் இப்படிச் சொல்லியிருந்தார்: "மிகுந்த தோழமையுணர்சியுடனும் அங்கதத்துடனும் நிகழ்ந்த இந்த உரையாடல் எழுத்துப் பிரதியாக மாற்றப்பட்டபோது பேச்சின் தாள கதிகளையும் சூட்சுமங்களையும் இழந்து விட்டிருக்கிறது." முத்துலிங்கத்திற்கும் இப்படித் தோன்றியிருக்க வேண்டும். அவர் உரையாடலின் தாளகதிகளை இழக்க விரும்ப வில்லை. வார்த்தைகளுக்கு அப்பால் பதிலளிப்பவரின் உடல்

மொழியையும் அதன் சூட்சுமங்களையும் வாசகன் உணர வேண்டும் என்று விழைகிறார். கேள்வி–பதில் அரங்கத்திற்கு வெளியிலும் வட்டாட விரும்புகிறார். அதற்கு அவரே உருவாக்கி வரும் கட்டுரை–நேர்காணல்–புனைவு மொழி என்கிற வெளி உதவுகிறது. ஹாங்காங்கின் மூன்று பையன்களின் வேலையையும் இவர் ஒருவரே செய்து விடுகிறார்.

முத்துலிங்கம் தனது எழுத்தில் தேய்வழக்குகளை அனுமதிப்பதில்லை.

‘கடந்து வந்த பாதை’ என்பது ஓர் அறியப்பட்ட வழக்கு, அதாவது தேய்வழக்கு. கட்டுரையின் கடைசிப் பத்தியில் தங்கம் பெறும் பெண் ‘கடந்து வந்த மைல்களை’த் தான் நினைத்துப் பார்ப்பேன் என்கிறார். மைல்கள் என்று வெகு பொருத்தமாக வந்து விழுந்திருக்கிறது. அது மாரத்தான் பயிற்சிக்காக அவள் ஓடிய நூற்றுக் கணக்கான மைல்களையும் அதற்காக அவள் பட்ட பாடுகளையும் ஒருசேரக் குறிக்கிறது.

தேய்வழக்குகளைத் தவிர்க்கும் அதே வேளையில் புதிய வழக்குகளைப் பயன்படுத்தவும் செய்கிறார். ஓரிடத்தில், “அவள் முகம் பளிச்சென்று உள்ளுக்கு இருந்து யாரோ வெளிச்சம் அடிப்பது போல் பிரகாசமாக இருந்தது” என்கிறார். பிறிதொரு இடத்தில், “(அவள்) ஒவ்வொரு வார்த்தையையும் நாக்கினால் தடவி விடுவதால் அந்த வார்த்தையில் ஈரப்பசை இருந்தது” என்கிறார்.

இந்தக் கட்டுரை முழுதும் ஜெனிவீவின் கடைசிப் பதிலை நோக்கியே நகர்த்தப்படுகிறது. எல்லாப் பயிற்சிகளும் விளையாட்டுகளும் அந்த இலக்கை நோக்கியே நகர்கின்றன. “உடம்பின் எல்லையைக் கண்டு பிடிப்பது. அதைச் சிறிது நீட்டுவது. இதுவும் ஒரு சேவைதான். அடுத்தவருக்கு”. பழனியப்பன் சார் முயற்சித்ததும் அதுதான். 1896இல் நவீன ஒலிம்பிக் முதன் முதலாக ஏதென்ஸில் நடந்தபோது அமெரிக்கரான டாம் புர்கே 100 மீட்டர் ஓட்டத்தில் தங்கம் வென்றார். நேரம்: 12 நொடிகள். இது 1904இல் 11 நொடிகளாகக் குறைந்தது. 1908இல் 10.8 நொடிகளாக இருந்த ஒலிம்பிக்கின் 100 மீட்டர் சாதனை நேரம், 1972இல் 10.06 ஆனது. மனித உடம்பை இன்னும் நீட்ட முடியும் என்பது பழனியப்பன் சாருக்குத் தெரிந்திருந்தது. 100 மீட்டர் தூரத்தை 10 நொடிகளுக்குக் குறைவான நேரத்தில் கடக்க முடியும் என்று நம்பினார் அவர். அது நடந்தது. 1984இல். லாஸ் ஏஞ்சலீஸில் நடந்த ஒலிம்பிக்கில் காரல் லீவிஸ் 100 மீட்டரைக் கடக்க எடுத்துக் கொண்ட நேரம்: 9.99 நொடிகள். இந்தச் சாதனையை ரத்தினம் நிகழ்த்த வேண்டும் என்ற சாரின் விருப்பம்தான் நடக்கவில்லை.

விளையாட்டுப் போட்டிகளில் மட்டுமில்லை, எல்லாத் துறைகளிலும் இந்த முயற்சி நடந்துகொண்டே இருக்கிறது. எல்லையைச் சிறிது நீட்டுவது. தாண்டத் தாண்டக் கோடுகளைத் தள்ளிப் போட்டுக்கொண்டே போவது. தமிழ் மொழியின் படைப்பிலக்கியத் துறையிலும் இது நடக்கிறது. நான்கு வரிகளில் பாடப்பட்டு வந்த வெண்பாவை இரண்டு வரிகளில் குறுக்கினார் வள்ளுவர். அகவலும் வெண்பாவும் மிகுந்திருந்த காலத்தில் புதிய செய்யுள் வடிவங்களைப் பயன்படுத்தினார் இளங்கோ. உலகெங்கும் காப்பிய நாயகர்கள் அரச குலத்தவராக இருந்தபோது ஒரு வணிகனைக் நாயகனாக்குகிற துணிவும் அவருக்கு இருந்தது. "ஓரிரண்டு வருஷத்து நூற் பழக்கமுள்ள தமிழ் மக்கள் எல்லோருக்கும் நன்கு பொருள் விளங்கும்படி எழுதுவதுடன் காவியத்துக்குள்ள நயங்கள் குறைவுபடாமலும்" எழுதினார் பாரதி. அன்றைய இலக்கியக் காவலர்களின் பாதுகாப்பு அரண்களை மீறிச் சாமானிய மனிதர்களின் கதையை எழுதினார் புதுமைப்பித்தன். கனவுகள் கடைபரப்பப்பட்டிருக்கும் தமிழ்ச் சூழலில் நவீனத்துவத்தின் வாசலை வாசகருக்காக ஒருக்களித்து வைத்தார் சுந்தர ராமசமி.

இவர்கள் செய்ததெல்லாம் படைப்பு மொழியின் எல்லையைக் கொஞ்சம் நீட்டியது. முத்துலிங்கமும் இந்த வரிசையில் சேர்கிறார். இவரது நேர்காணல்களின் பொருள் புதிது, சொல் புதிது, வடிவம் புதிது. முத்துலிங்கம் நேர்காணலை இலக்கியமாக்குகிறார். தமிழின் எல்லையைக் கொஞ்சம் நீட்டுகிறார்.

புதிய பார்வை டிசம்பர் 2007 / திண்ணை.காம் 20.12.2007

8

இரு வழிப் பாதை

அ. முத்துலிங்கம் 'உயிர்மை' அக்டோபர் இதழில் ஒரு சிறுகதை எழுதியிருக்கிறார். சமீப காலமாக முத்துலிங்கம் கட்டுரைகள் அதிகமாக எழுதுகிறார். அதனால் சிறுகதைகள் குறைந்து விட்டன. அதனாலென்ன? எண்ணிக்கையிலா இருக்கிறது இலக்கியம்? உறுமீன் வரும்வரை காத்திருந்த வாசகர்களுக்கு இந்தக் கதை தரும் அனுபவம் அலாதியானது. கதையின் தலைப்பு: "மட்டுப்படுத்தப்பட்ட வினைச்சொற்கள்".[1]

முதல் வாக்கியத்தின் நான்காவது வார்த்தை யாக நாயகி பார்க்கும் வேலை வந்துவிடுகிறது. பரிசாரகி. இதற்கு முன்பும் தமிழ் எழுத்தாளர்கள் *Waiter/Waitress* என்கிற பொருளில் பரிசாரகன்/ பரிசாரகி என்கிற சொற்களைப் பயன்படுத்தி யிருக்கக்கூடும். நான் படித்ததில்லை. எனில் இந்தச் சொல் இப்போதும் புழக்கத்தில் உள்ள இடம் ஒன்றை நானறிவேன். எங்கள் ஊர்ப் பெருமாள் கோயில். பரிசாரகர் அர்ச்சகருக்கு உதவியாக இருப்பார். தீபாராதனைக்கு முன்பு பெருமாளுக்குச் சிறிதும் பெரிதுமான சாமரங்கள் வீசப்படும். வீசுவது அர்ச்சகர். எடுத்துக் கொடுப்பது பரிசாரகர். தீபத் தட்டுக்களை அர்ச்சகருக்கு எடுத்துக் கொடுப்பதும் அவரே. தீபாராதனை முடிந்ததும் சடாரி சார்த்தப்படும். பெருமாளின் பாதம் பொறித்த அந்தச் சிறிய கிரீடத்தைப் பக்தர்கள் தலையில் வைத்து ஆசீர்வதிப்பதை அர்ச்சகர் மட்டுமே

1. "அமெரிக்கக்காரி" (காலச்சுவடு, 2009) தொகுப்பில் படிக்கலாம்

செய்ய முடியும். பரிசாரகர் பின்னால் வருவார்—தீர்த்தம் வழங்க. முக்கியமானவர்களுக்கு மூன்று முறை. கோயிலுக்குள்ளேயே இருக்கும் தீர்த்த மண்டபத்தில் நீரைக் கோருவதும், அதில் வில்வமும் துளசியும் இடுவதும், பக்தர்களுக்கு வழங்குவதும் எல்லாம் பரிசாரகரின் பணியின் பாற்படும். தொடர்ந்து பிரசாதங்களையும் வழங்குவார்.

பரிமாறுபவர், உதவியாளர் எனும் பொருள்கள் கொண்ட பரிசாரகர் எனும் சொல்லின் பயன்பாடு, வேறு பல நல்ல தமிழ்ச் சொற்களைப் போலவே அருகிவருகிறது. நீண்ட காலமாகவே தமிழ்நாட்டு உணவகங்களில் பரிமாறுபவர் 'சர்வர்' எனப்படுகிறார். 'சர்வர் சுந்தரம்' பிரபலமான படம்.

Server எனும் ஆங்கிலச் சொல்லுக்கு உணவு பரிமாறுபவர் என்ற பொருள் இருப்பதாகத் தெரியவில்லை. என்னுடைய லாங்மென் அகராதி *server*–க்குத் தரும் பொருள்கள் நான்கு. அவையாவன: 1. குறிப்பிட்ட உணவைத் தட்டத்தில் இடுவதற்குப் பயன்படும் சிறப்பு வகைக் கரண்டி; 2. டென்னிஸ் வாலிபால் போன்ற விளையாட்டுக்களில் முதல் பந்தெறிபவர்; 3. கணினித் தொடர்ப் பின்னலில் முக்கியமான கணினி; 4. தேவாலயத்தில் வழிபாட்டின்போது அப்பத்தையும் வைனையும் பக்தர்களுக்கு வழங்குவதில் பாதிரியாருக்கு உதவுபவர். ஆங்கில அகராதி என்ன சொன்னாலும், தமிழிலேயே இணையான சொற்கள் இருந்தபோதும், எப்படியோ சர்வர் உணவு பரிமாறுபவர் ஆகிவிட்டார்.

முத்துலிங்கம் பரிசாரகி என்ற சொல்லைப் பயன்படுத்து வதற்கு அருகிவரும் ஒரு நல்ல தமிழ்ச் சொல்லைப் பயன்படுத்த வேண்டும் என்பது மட்டும் காரணமாக இருக்க முடியாது. அந்தச் சொல்லின் பொருத்தப்பாட்டையும் அது உண்டாக்கும் சித்திரத்தையும் கதையை வாசித்ததும் உணர முடிகிறது. ஆசிரியர் இந்தக் கதை வழியே வாசகரை உரையாடலுக்கு அழைக்கிறார். வாசகர் உணர்ந்துகொள்ள எண்ணற்ற சாத்தியங்களையும் வைக்கிறார். பரிசாரகி என்கிற சொல் உண்டாக்கும் நுட்பமான படிமமும் அத்தகையதுதான். அவை வாசகருக்குப் பிடிபடும்போது அவர் படைப்பாளியின் அலைவரிசையை நெருங்கிவிடுகிறார். வாசகரின் பங்களிப்பைக் கோரும் இந்தக் கதையில் நான் தொட்டுணர்ந்த சில கூறுகளை இங்கே பகிர்ந்துகொள்கிறேன். அதற்கு முன்பாகக் கதையின் சாரத்தைத் தர முயற்சிக்கிறேன்.

❍

அவள் ஒரு அகதி. இலங்கை அல்லது இந்தியப் பெண்ணாக இருக்கலாம். கயானாவாகக்கூட இருக்கலாம். கனடாவில் விருந்து

மண்டபங்களுக்குப் பரிசாரகிகளை அனுப்பும் நிறுவனமொன்றில் வேலைபார்க்கிறாள். நிறுவனம், ஊழியர்களுக்கு விருந்தினர்களை எவ்விதம் மதிப்போடு நடத்த வேண்டும் என்றும் அவர்களுக்கு எவ்விதம் உணவு பரிமாற வேண்டும் என்றும் பயிற்சி அளிக்கிறது. எல்லாவற்றுக்கும் விதிகள் உள்ளன. உணவை மேசையின் மீது எந்தப் பக்கத்திலிருந்து வைப்பது, மீதமான உணவை எந்தப் பக்கத்திலிருந்து எடுப்பது, பரிமாறிய பின் எங்கே எப்படி நிற்பது, ஆகியவற்றுடன் காலந் தவறாமை, சீருடை எல்லாவற்றுக்கும் விதிகள் உள்ளன. விதிகள் அவற்றின் வரிசை எண்களோடு அவளுக்கு மனப்பாடம். பயிற்சி ஆசிரியர், உணவு வகைகளின் பெயர்களையும் படிப்பிக்கிறார். சாலட், நாப்கின், சீஸ், கூகம்பர், லெட்டுஸ். எல்லாம் பெயர்ச் சொற்கள். வினைச் சொற்கள் இப்போது தேவையில்லை, அவை தானாகவே வந்து இணைந்துகொள்ளும் என்கிறார். அகதிப் பெண்ணின் ஆங்கிலம் குறைபாடுள்ளது. ஆதலால் அவள் விருந்தினர்களோடு பேசலாகாது என்பது மேலாளர் தனிப்பட்ட முறையில் இவளுக்கு உண்டாக்கிய விதி. வினைச் சொற்கள் இல்லாமல் அவளால் எப்படிப் பேச முடியும்?

அன்றைய விருந்தை அதி செல்வந்தர் ஒருவர் ஏற்பாடு செய்திருக்கிறார். பிரதம மேசைக்கு எதிர் மேசையில் இருந்த போலந்துக் குடும்பத்தில் நான்கு பேர். அம்மா, அப்பா, மகன், மகள். உற்சாகமான குடும்பம். அந்த மேசை அவள் பொறுப்பில் இருந்தது. மகனுக்கு 18 வயது இருக்கலாம். சிவப்புத் தலைமுடி. அவன் அவளைப் பார்க்கிறான். அவளை யாருமே பார்ப்பதில்லை. அவளுக்குள் குறுகுறுவென்று ஓடுகிறது. நடனம் தொடங்கியதும் அவன் பெற்றோர் மேடைக்குப் போய்விடுகிறார்கள். அவன் இவளை அழைத்துக் காப்பி கேட்கிறான் – மூன்று முறை. விருந்து முடிந்ததும் அவனுடைய தட்டை எடுத்துக்கொண்டு உள்ளே போகிறாள். நாப்கினுக்குக் கீழே ஐந்து டாலர் நோட்டு இருக்கிறது. அவனது தொலைபேசி எண்ணும் இருக்கிறது.

அறைக்குத் திரும்புகிறாள். இடுங்கிய அறை. அதை இன்னொரு பெண்ணுடன் பகிர்ந்துகொள்ள வேண்டும். அறைச் சிநேகிதிக்கு ஒரு காதலனும் உண்டு. இவள் திரும்பும் வேளை சிநேகிதி இல்லை. இவள் மனம் அந்தரத்தில் உலவுகிறது. சிவப்பு முடிக்காரனைத் தொலைபேசியில் அழைக்கிறாள். மறுமுனையில் அவன் குரல் ஒலிக்கிறது. இவளுக்குப் பயத்தில் என்ன பேசுவது என்று தெரியவில்லை. தொலைபேசியைக் கீழே வைத்து விடுகிறாள். கடைசியாக வந்த எண்ணை வைத்து அவன் திரும்ப அழைக்கிறான். இவள் தொலைபேசியை எடுப்பதில்லை. பேசியது

பரிசாரகியாக இருக்கும் என்பது அவனது ஊகம். இவளை அழைக்கச் சொல்லி ஒரு தகவலைப் பதிவிடுகிறான்.

இவள் அந்தக் குரலை நாள்தோறும் ஓடவிட்டுக் கேட்கிறாள். இவளை எப்போதும் இளக்காரத்துடன் நடத்தும் அறைவாசிக்கு இது தெரிந்ததும் அந்தக் குரலை அழித்து விடுகிறாள். இவள் துடித்துத்தான் போகிறாள். என்றாலும் அவனது முகத்தையும் குரலையும் நினைவில் நிறுத்திக்கொள்வதை அறைச் சிநேகிதி யால் எப்படித் தடுக்க முடியும்?

பின்னொரு நாள் நடுநிசிக்குப் பின்னும் நீண்ட ஒரு விருந்தின் இடையில் கிட்டிய சொற்ப அவகாசத்தில் அவனை மீண்டும் அழைக்கிறாள். அவன் ஹலோ என்கிறான். என்ன பேசுவது? அவளிடம் வினைச்சொற்கள் இல்லை. சில வாரங்களுக்கு முன்னர் அவன் சாப்பிட்ட உணவு வகைகளை ஒப்பிக்கிறாள். மொஸரல்லா சாலட், லெட்டூஸ், ப்ரூஸெட், லாசன்யா. பேசியது பரிசாரகி என்பதை ஊகிப்பதில் அவனுக்குச் சிரமமில்லை. அவள் வேலை பார்க்கும் நிறுவனத்தையும் அவள் எந்த மண்டபத்திற்கு அனுப்பப்பட்டிருக்கிறாள் என்பதையும் கண்டறிவதில் தான் சிரமம் இருந்தது. என்றாலும் கண்டுபிடித்துவிடுகிறான். கதை இப்படி முடியும்:

"படிக்கட்டுகள் முடிவுக்கு வந்த உச்சிப் படியில் அவன் நின்றான். அகதிப் பெண் கீழே நின்றாள். அவள் தன் கையில் வைத்திருந்த தட்டத்தைப் பச்சை, மஞ்சள், வெள்ளை மார்போடு சேர்த்துப் பிடித்துக்கொண்டாள். சீருடையில் அவள் தேவதை போல காட்சியளித்தாள். இரண்டு இரண்டு படியாக அவன் பாய்ந்து நெருங்கியபோது அவர்களுக்கிடையில் அந்த ட்ரே இடைஞ்சலாக இருந்ததைக் கண்டான். அவள் அதை இறுக்கிப் பிடித்தாள். அவன் கீழே பார்த்தான். அவள் இரண்டு கைகளாலும் காவிய தட்டத்தில் இன்னும் சில நிமிடங்களில் யாரோ சாப்பிட்டு முடிக்கப்போகும் உணவு வகை இருந்தது. அவள் விதி 27ஐயும், 32ஐயும், 13ஐயும் ஒரே சமயத்தில் முறித்தாள்."

❍

இது நேராகச் சொல்லப்பட்டிருக்கிற கதைதான். ஆனால் ஆசிரியர் மட்டுமே பேசிக்கொண்டு போகிற ஒருவழிப் பாதையல்ல. ஆசிரியர் கதைப் போக்கில் கோடிட்ட இடங்களை விட்டுச் செல்கிறார். வாசகர் அவற்றை நிரப்பிக்கொள்கிறார். அப்போது கதை வெளி இருவழிப் பாதையாகிறது.

கதை நடப்பது கனடாவில். எனில் இது ஒரு தகவலாகத் தரப்படுவதில்லை. விருந்தளிப்பவர் கனடாக்காரர் என்று ஒரு

குறிப்பு வருகிறது. ஒரு ஐந்து டாலர் நோட்டு வருகிறது. "தோள் மூட்டுக்கு மேல் சூரியன் உயர எழும்பாத ஒரு பனிக்காலத்துப் பகல் வேளை" வருகிறது. எல்லாமாய்ச் சேர்ந்து கதைக்களன் படைக்கப்படுகிறது.

அறைச் சிநேகிதிக்கு ஒரு காதலன் இருக்கிறான். அவனையும் போலந்து இளைஞனையும் ஆசிரியர் அட்டவணையிட்டு ஒப்பிடுவதில்லை. ஆனால் வாசக மனம் ஒப்பிட்டுக்கொள்கிறது. முன்னவன் "தகரக் குழாய் சத்தத்தில்" பேசுகிறான். பின்னவன் பேசும்போது "அவன் நாக்கில் தொடாமல் வார்த்தைகள் உருண்டு" விழுகின்றன. முன்னவன் இவளைப் பார்க்கும் விதம் இவளுக்குப் பிடிப்பதில்லை. போலந்துக்காரன் பார்வை துளைக்கும்படி இருக்கிறது. எனினும் அதைத் திருப்பித்தர முடியுமா என்று யோசிக்கிறாள். சிநேகிதி இல்லாத சமயங்களில் அவளது காதலன் இவளை அழைத்து ஓர் உரையாடலை உண்டாக்கப் பார்க்கிறான். இவள் தவிர்க்கிறாள். இதற்கு நேர்மாறாக போலந்து இளைஞனை இவளே தொலைபேசியில் அழைக்கிறாள். போலந்துக்காரன் மீது ஈர்ப்பு ஏற்பட அறைச் சிநேகிதியின் காதலனும் ஒரு விதத்தில் காரணமாகிறான்.

இளைஞனின் மீது அவளுக்கு ஈர்ப்பு ஏற்பட்டாலும், இருவருக்கும் உள்ள இடைவெளிகள் அதிகம். அவன் சிவப்பு முடிக்காரன். இவளுக்கு "கறுப்புத் தலைமுடி, கறுப்புச் சருமம், கறுப்புக் கண்கள்". அவன் கனடாவில் வசிக்கும் செல்வாக்கு மிக்க போலந்துக் குடும்பம் ஒன்றைச் சேர்ந்தவன். இவள் மணிநேரத்துக்கு இவ்வளவு என்று சம்பளம் வாங்கும் அகதிப் பெண். அவன் உயர்ரக பிரெஞ்சு, இத்தாலிய உணவு வகைகளை ருசிப்பவன். இவள் அவற்றைப் பரிமாறும் பரிசாரகி. விருந்தும் நடனமும் அவனுக்குக் கேளிக்கை. இவளுக்கு ஜீவனோபாயம். பெருமாள் கோயில் பரிசாரகரால் ஒருக்கிலும் அர்ச்சகராக முடியாது. மூன்று முறை தீர்த்தம் பெறும் பிரமுகருக்கும், அதை வழங்கும் பரிசாரகருக்கும் உள்ள இடைவெளி அதிகம். பரிசாரகிக்கும் இந்த ஏற்றத் தாழ்வுகள் தெரிந்துதான் இருக்க வேண்டும். ஆனாலும் இளைஞனின் பால் ஈர்ப்பு ஏற்பட என்ன காரணம்? பருவக் கிளர்ச்சி மட்டுமா? வேறு காரணங்களும் இருக்க வேண்டும்.

பரிசாரகிக்குக் கீழ்ப்படிவதற்கு மட்டுமே பயிற்சி அளிக்கப்பட்டிருக்கிறது. அவள் விதிகளின்படி ஒழுகக் கடமைப்பட்டவள். அந்த இளைஞன் கைகளை உயர்த்திக் காப்பி கேட்கிறபோது எப்படி நடந்துகொள்ள வேண்டும் என்பதில் அவளுக்குச் சந்தேகமில்லை. விதிகள் இருக்கின்றன. ஆனால் அவள் அவனை நேராகப் பார்க்கும்போது, அந்தப் பார்வையைத் திருப்பித் தர முடியுமா என்று அவளுக்குத் தெரியவில்லை. இதற்கு விதிகள்

இல்லை. நிற்பதற்கு, நடப்பதற்கு, சிரிப்பதற்கு, பேசுவதற்கு, பேசாமல் இருப்பதற்கு என எல்லாவற்றுக்கும் விதிகள் உள்ளன. விசாரணையின்றி அவள் அவற்றைக் கைக்கொள்ள வேண்டும்.

வசிப்பிடத்தில் அவளுக்கு வேறுவிதமான இன்னல்கள். எந்தப் பக்கம் திரும்பினாலும் ஒரு சுவர் இருக்கக்கூடிய இடுங்கிய அறையில்தான் அவளால் வசிக்க முடிகிறது. அடுத்தடுத்துக் கட்டில்கள். "கையை நீட்டினால் சிநேகிதி முகத்தில் இடிக்கும். ஆகவே சுவருடன் முட்டிக்கொண்டு" தான் படுக்க முடிகிறது. இதையெல்லாம் சகித்துக்கொண்ட பின்னும், அவள் சிநேகிதியின் அலட்சியத்தையும் அவமதிப்பையும் நேரிட வேண்டியிருக்கிறது. அந்தச் சந்தர்ப்பங்களிலெல்லாம் அகதிப் பெண் வாயே திறப்பதில்லை.

பணியிடத்திலும் வசிப்பிடத்திலும் அவளது சுயமும் உணர்வுகளும் கட்டுப்படுத்தப்பட்டிருக்கின்றன. அவமானங்களும் புறக்கணிப்புகளும் அவளைச் சூழ்ந்திருக்கின்றன. அவள் இயல்பில் உற்சாகமான பெண்ணாகத்தான் இருக்க வேண்டும். விருந்து மண்டபத்திற்கு வரும்போது, "கைகளை ஒரு பறவை ஆயத்தம் செய்வதுபோல் விரித்து, அவள் தட்டு தட்டென்று" நடந்து வருகிறாள். ஆனால் விருந்து நடக்கும்போது "அவளைச் சுற்றியிருக்கும் காற்றைக் கலைத்துவிடக் கூடாது" என்பதுபோல் நிற்கிறாள். அந்தக் காற்றில் விதிகளும் கலந்திருக்க வேண்டும். அவள் அவற்றையே சுவாசிக்கிறாள். மேலாளர் தவறுகளை அனுமதிப்பதில்லை. உறவையும் நட்பையும் அடையாளங்களையும் துறந்து பத்தாயிரம் மைல்களுக்கு அப்பால் வாழ வேண்டிய நிர்ப்பந்தம். இருட்டறையில் மூச்சுத் திணறுகிறாற்போல் அவள் உணர்ந்திருக்க வேண்டும். விடுதலையை அல்ல, ஒரு ஒளிக்கீற்றையே அவள் மனம் யாசிப்பதாகத் தோன்றுகிறது. அதைப் போலந்து இளைஞன் தரக்கூடும் என்று அவள் நினைத்திருக்கலாம். அதுவே அவன்பால் ஈர்ப்பு ஏற்படவும், அவனை அழைக்கவும், கடைசியில் விதிகளை மீறவுமான துணிவையும் அவளுக்குத் தருகிறது போலும்.

இந்தக் கதை, முத்துலிங்கம் சில ஆண்டுகளுக்கு முன்பு எழுதிய "அடைப்புகள்" ("அ. முத்துலிங்கம் கதைகள்") எனும் கதையை நினைவுபடுத்துகிறது. அதன் நாயகியின் பெயர் மீனு. இலங்கைத் தந்தைக்கும் மலையாளத் தாய்க்கும் துபாயில் பிறந்தவள். இங்கிலாந்தில் படித்து அமெரிக்காவில் வேலைபார்ப்பவள். அவளுக்குத் தனது தேசம் எதுவெனத் தெரியவில்லை. எண்ணற்ற அடைப்புகள் இருக்கும் ஓர் அலுவலகத்தில் வேலை பார்க்கிறாள். பதவி உயர்வு பெற்று மேலாளரானால் அவளுக்கு ஒரு அறை கிடைக்கும். ஆனால் அவள் அதற்கு இன்னும் தயாராகவில்லை

என்கிறது நிர்வாகம். பரிசாரகியைப் போலவே மீனுவும் அடைப்புகளிலிருந்து விடுபட வேண்டுமென்று விரும்புகிறாள். இருவரையும் தனிமை அழுத்துகிறது. ஆனால் மீனுவுக்கு ஒரு நல்ல வேலை இருக்கிறது. புல்தரையும் குளமும் உள்ள வீடு இருக்கிறது. கார் இருக்கிறது. மீனு அகதியல்லள். அவளுக்கு எல்லா வினைச் சொற்களும் தெரியும். இரண்டு பேரின் பிரச்சினைகளின் ஆழம் வெவ்வேறானது. மீனுவால் அடைப்புகளிலிருந்து வெளியேற முடியவில்லை. அதனால் மீனுவின் கதையில் யதார்த்தம் இருக்கிறது. பரிசாரகி கடைசியில் விதிகளை மீறிவிடுகிறாள். அதனால் அவளது முடிவில் ஒரு காவியத்தன்மை இருப்பதுபோல் தோன்றுகிறது. இரண்டு கதைகளின் படைப்பு மொழியும் அதற்கேற்பவே வடிவமைக்கப்பட்டிருப்பதாகவும் தோன்றுகிறது.

மீனுவுக்கும் ஒரு தோழி இருக்கிறாள். அறைத் தோழி இல்லை. வீட்டுத் தோழி. பெயர்:அமண்டா. தேசம்: வியட்நாம். அமண்டா மர அலங்காரி (*Topiarist*). "மரங்களிலே யானை, கரடி, அன்னம் என்று உருவம் செதுக்குவாள். இந்தக் கலை மிகவும் சுலபமானது; தேவையற்ற திசையில் போகும் கிளையை வெட்டிவிடுவதுதான் என்பாள். தேவையற்ற கிளையை எப்படித் தீர்மானிப்பது என்று கேட்டால் அதற்குத்தான் படிக்க வேண்டும் என்று பதில் வரும்."

முத்துலிங்கம் அந்த மர அலங்காரியைப் போலவே பரிசாரகியின் கதையையும் செதுக்கியிருக்கிறார். தேவையற்ற கிளைகளையெல்லாம் வெட்டி, சிற்பத்தைக் கச்சிதமாக்கி யிருக்கிறார். இந்தக் கதை தரும் அனுபவம் கலாபூர்வமானது. முத்துலிங்கம் செதுக்கியிருக்கும் எல்லாக் கிளைகளும் அதன் வேர்களை – கடைசி வரிகளை – நோக்கிப் பயணிக்கின்றன. அவள் விதிகளை அங்கேதான் மீறுகிறாள். கட்டுப்படுத்தும் விதிகள் கதை நெடுகிலும் விரவி, வாசகரை கடைசி வரிகளுக்கு இட்டுச் செல்கின்றன.

கதையில், பரிசாரக வகுப்புகளில் சொல்லித் தரப்பட்ட விதிகள் 11 இடங்களில் வருகின்றன–அவற்றின் எண்களோடு. ஆனால் கடைசி வரியில் வரும் எண்களுக்குரிய விதிகள் கதையில் வருவதில்லை. வாசகர் பூர்த்தி செய்துகொள்ள வேண்டிய இடங்களுள் ஒன்று.

அவள் புறமே, பச்சை மஞ்சள் வெள்ளை சீருடையும், உதட்டுச் சாயமும் நகப் பூச்சும் கறுப்பு ஸ்டாக்கிங்ஸும் அணிந்து அலங்காரமாய் இருக்கிறாள். ஆனால் உள்ளுக்குள் பரிதவிக்கிறாள். இந்தச் சித்திரத்தைத் தோற்றுவிப்பதில் பரிசாரகி என்கிற சொல்லுக்கும் பங்கிருக்க வேண்டும். சர்வர், வெயிட்ரஸ்,

பணிப்பெண், பரிமாறுபவள், சிப்பந்தி முதலான எந்தச் சொல்லைக் காட்டிலும், இந்தச் சித்திரத்தை உருவகிப்பதற்கு பரிசாரகி என்ற சொல்லே பொருத்தமாக இருப்பதாகப்படுகிறது.

கதை நெடுகிலும் அங்கதமும் எள்ளலும் பரிகாசமும் இருக்கின்றன. ஆனால் அகதிப் பெண்ணின் இயலாமையும் கையறுநிலையும் கதைக்குள்ளே கனன்றுகொண்டே இருக்கிறது. அவளது தவிப்பு உரத்த குரலில் சொல்லப்படுவதில்லை. எனினும் அதன் வெப்பத்தை வாசகர் உணர முடிகிறது. வாசகர் இட்டு நிரப்பிக்கொள்ளும் சாத்தியங்கள் உள்ள முத்துலிங்கத்தின் படைப்பு வெளி இதைச் சாதிக்கிறது. வாசகர் வேறொன்றையும் உய்த்து உணர முடிகிறது. அவளுக்கு மட்டுப்படுத்தப்பட்டவை வினைச்சொற்கள் மட்டுமல்ல, அவளது வினைகளும்தான், அவளது இயல்பும் இயக்கமும் கூடத்தான்.

***திண்ணை.காம்*, 23.11.2006**

9

இங்கே இப்ப நல்ல நேரம்

அ. முத்துலிங்கத்தின் 'அங்கே இப்ப என்ன நேரம்?' எனும் கட்டுரைத் தொகுப்பு நூல் 2005ஆம் ஆண்டு வெளியானது. இதன் தலைப்புக் கட்டுரை மார்ச் 2004 'உயிர்மை' இதழில் வந்தது. படித்து முடித்ததும் யாருடனேனும் பகிர்ந்துகொள்ள மனம் பரபரத்தது. இந்தக் கட்டுரை பற்றி இங்கே எழுதுவதற்கு இதன் ஆழமும் நேர்த்தியும் ஒரு காரணம். தனிப்பட்ட முறையில் எனக்கும் இந்தக் கட்டுரைக்கும் ஏற்பட்டுப்போன தொடர்பு மற்றொரு காரணம். இரண்டாவதை முதலில் சொல்கிறேன்.

ஹாங்காங்கில் செய்தித்தாள்களை பிளாஸ்டிக் பைகளில் போட்டுத்தான் கொடுப்பார்கள். அவ்வளவு கனம். தலைப்புச் செய்திகள், பிராந்தியச் செய்திகள், சீனச் செய்திகள் வழியாக ஆசியா-பசிபிக், தெற்காசியா மார்க்கமாக சர்வ தேசங்களையும் கடந்து தலையங்கத்தையும் மற்றும் செய்திக் கட்டுரைகளையும் எட்டும் போது 16 பக்கங்களைக் கொண்ட முதல் பகுதி முடிந்திருக்கும். இன்னும் நகரச் செய்திகள், கலை நிகழ்வுகள், வாழ்க்கை, விளையாட்டு, வணிகம், வேலைவாய்ப்பு, எல்லா வற்றுக்கும் தனித்தனிப் பகுதிகள். மேலும் ரியல் எஸ்டேட், தொழில்நுட்பம், கல்வி, குதிரைப் பந்தயம், என்று வாரத்தில் ஒவ்வொரு நாளும் ஒரு சிறப்புப் பகுதி வேறு. எல்லோராலும் எல்லாவற்றையும்

படிக்க முடியாது என்று நினைத்துக் கொள்வேன். ஆனபடியால் அதில் அடிக்கடி வரும் சுயமுன்னேற்றம், சமையல் கலை, குழந்தை வளர்ப்பு, குடும்ப உறவுகள் இன்னோரன்ன கட்டுரைகளை ஏறெடுத்தும் பாரேன். இதெல்லாம் சொல்லித் தெரிவதில்லை என்பது என் கட்சி. ஆனால் ஒரு சோம்பலான ஞாயிற்றுக்கிழமை பிற்பகலில், பெரிய முத்துத் தோடணிந்த ஒரு வெள்ளைக்கார அம்மாள் எழுதியிருந்த குழந்தை வளர்ப்புக் கட்டுரையொன்றை வாசிக்கும்படியானது. அதில் டீன் ஏஜ் பிள்ளைகளை வசப்படுத்த அவர் ஓர் ஆலோசனை சொல்லியிருந்தார். வாரக் கடைசிகளில் சாப்பாட்டு மேசையில் குடும்ப உறுப்பினர் ஒவ்வொருவரும் தாங்கள் படித்தவற்றில் அவரவருக்குப் பிடித்த பகுதிகளை வாசிக்க வேண்டும். இதனால் பரஸ்பர புரிதல் அதிகரிக்குமாம்.

யோசனை எனக்குப் பிடித்துப்போனது. இரண்டு தினங்கள் முன்பு படித்திருந்த 'அங்கே இப்ப என்ன நேர'த்தை படித்துக் காட்டலாம் என்று உடனேயே தோன்றியது. தமிழ் படிப்பதற்கு டிமிக்கி கொடுக்கும் பிள்ளைகளைத் தமிழ் வாசித்துக் கேட்பிக்கலாம் என்பது உபரி நன்மை. பிள்ளைகள் முதலில் இணங்கவில்லை. அவர்களும், அவர்களுக்குப் பிடித்தமானதைப் படிக்கலாம், அதை சிரத்தையோடு கேட்பேன் என்று ஆசை வார்த்தைகள் சொன்னேன். மனைவி அமைதியாக இருந்தார். அடுத்து வந்த வெள்ளிக்கிழமை இரவு வாசிப்புப் படலத்திற்காக நாள் குறிக்கப்பட்டது. ஹாரி பாட்டரின் மாயாஜால வகுப்பறைக்கும், ராஜ குமாரிக் கனவுகளோடு மிதக்கும் ஒரு டீன் ஏஜ் பெண்ணின் டயரிக் குறிப்புக்கும் பிற்பாடு என் முறை வந்தது. நான் கட்டுரையை வாசிக்கலானேன். முத்துலிங்கம் தம்பதிகள் சூடான் நாட்டில் புதிய வீடொன்றில் குடியேறியபின் புத்தகங்களை அலமாரியில் அடுக்குவதிலிருந்து கட்டுரை துவங்குகிறது. தனது மனைவி புத்தகங்களை அடுக்குவதை முத்துலிங்கம் கிண்டல் செய்கிறார். பிள்ளைகள் ஆர்வத்தோடு கேட்கத் துவங்கியிருந்தனர். ஆனால் நான் எதிர்பாராத இடத்திலிருந்து எதிர்ப்பு வந்தது.

நான் சிலவற்றை மறந்துபோயிருந்தேன். அப்போதுதான் நாங்கள் வீடு மாறியிருந்தோம். சிறிய வீடுகளில் வாழ்வதற்கு ஹாங்காங் மக்களிடந்தான் பாடம் படிக்க வேண்டும். எந்தப் பொருளும் இடத்தை அடைப்பதில்லை. துணி காயப்போடும் மூன்றடுக்கு நிறுத்தம், இஸ்திரி மேசை, உபரி நாற்காலிகள், முக்காலிகள் எல்லாம் வேலை முடிந்ததும் சாதுவாக மடங்கிக் கொள்ளும். சாப்பாட்டு மேசை இரண்டு பேருக்கு ஒரு நீளத்தில் இருக்கும், அதுவே நான்கு பேருக்கும் ஆறு பேருக்கும் ஏற்ற மாதிரி நீளும். கட்டில்களுக்குக் கீழ் காலியிடங்கள் இரா; இழுப்பறைகள்

இருக்கும்; வேனற் காலத்தில் குளிர் காலத்தின் தடிமனான ஆடைகள் அங்கு பதுங்கும். இந்தத் தீப்பெட்டி வீடுகளில் ஒரு சதுர அடி போலும் வீணாக்காமல் பயன்படுத்துவதில் ஹாங்காங் மக்கள் வல்லுநர்கள். ஆயினும் நாங்கள் குடியேறிய வீட்டில் படுக்கைக்கு இரண்டு பக்கமும் நீளவாக்கில் இடமிருந்தது. இதில் ஒரு பக்கம் பொருத்துவதற்கு ஏற்ற புத்தக ஷெல்ஃப் ஒன்றைக் குறைந்த விலையில் வாங்கியிருந்தேன். நான் குச்சு வீட்டிற்குள் சாமான்களை வைத்து அடைப்பதாக மனைவி எதிர்ப்புத் தெரிவித்திருந்தார். கட்டுரையை வாசித்தபோது நான் இதை மறந்துபோயிருந்தேன். மனைவி நினைவு வைத்திருந்தார். முத்துலிங்கத்தின் குரலில் ஒளிந்துகொண்டு மனைவியைக் கிண்டல் செய்வதுதான் என் நோக்கம் என்று குற்றம்சாட்டி னார். புத்தகங்களை அடுக்குவதற்குக் கட்டுரையில் முக்கிய நோக்கமிருக்கிறது, அது கட்டுரையை முழுமையாக வாசித்தால் புரிபடும் என்று நான் சொன்னதை அவர் நிர்தாட்சண்யமாக மறுதலித்தார். வாசிப்புப் படலம் எப்போதைக்குமாக நின்று போனது. நாளிதழ்க் கட்டுரை தரும் யோசனைகளிலிருந்தெல்லாம் குழந்தை வளர்ப்புச் சாத்தியமில்லை என்பது மற்றுமொரு முறை நிரூபணமானது.

கடந்த ஆண்டு முத்துலிங்கத்தின் கட்டுரைத் தொகுப்பு நூலாக வந்தது. 'அங்கே இப்ப என்ன நேரம்?' என்பது புலம் பெயர் வாழ்வனுபத்தைச் சொல்கிற கட்டுரைத் தொகுப்பு மொத்தத்திற்கும் பொருத்தமான தலைப்பாக அமைந்தது. சில மாதங்களுக்கு முன்னர் நான் இந்த நூலை வாங்கினேன். சாப்பாட்டு மேசையில், படுக்கையில், வரவேற்பறையில், நான் போகிற இடங்களில் எல்லாம் நூலையும் சுமந்து திரிந்தேன். முத்துலிங்கத்தின் இலங்கைத் தமிழில் 'காவியபடியே' திரிந்தேன். மனைவி நூலை அவ்வப்போது புரட்டினார். குறிப்பிட்ட கட்டுரையை அவர் ஒரு நாள் வாசிப்பதைக் கவனித்தேன். இரண்டு நாட்களுக்குப் பிறகு சொன்னார்: "முத்துலிங்கம் அந்தக் கட்டுரையில் மனைவியை இளக்காரமாகப் பேசுகிறார் என்பது உண்மைதான். ஆனால் புத்தகங்கள் அடுக்குவது கட்டுரைக்கு முக்கியமானது என்பதும் உண்மைதான்". இந்தக் கட்டுரைக்கும் எனக்குமான தொடர்பு இறுகியது இப்படித்தான்.

O

ஆரவாரமில்லாத எளிய நடையில் நேராகச் சொல்லப் படுகிற கட்டுரை இது. மணற்கேணி போல ஒவ்வொரு முறை வாசிக்கும் போதும் புதிய பொருள்கள் ஊறி வருகின்றன. கீழே கட்டுரையின் சாரத்தைத் தர முயற்சிக்கிறேன்.

முத்துலிங்கத்திற்கு சூடானுக்கு மாற்றலாகிறது. அவர் வாடகைக்கு எடுத்திருந்த வீட்டில் பதினொரு கயிற்றுக் கட்டில்கள் இருக்கின்றன. வீட்டின் சொந்தக்காரர் புத்தக ஷெல்ஃப் ஒன்றையும் தருகிறார். அவருடைய மனைவி இரண்டு பெரிய பெட்டிகளில் வந்திறங்கிய புத்தகங்களை அடுக்கித்தர முன்வருகிறார். "தொக்கையான புத்தகங்கள் அடி செல்ஃபிலும், பாரம் குறைந்தவற்றை மேல் தட்டிலும்" அடுக்குகிறார். இதில் புத்தகங்களைத் தேடி எடுப்பது எவ்வளவு "பிரயாசையான சங்கதி" என்று ஆசிரியர் விலாவாரியாக விளக்குகிறார். ஆனால் அவர் மனைவி அதைக் காதில் போட்டுக்கொள்வதில்லை.

முத்துலிங்கம் தம்பதிகள் தொட்டியில் மீன் வளர்க்கிறார்கள்– சூடானில் பலரும் அதைச் செய்ததால். நைல் நதி மீன்களும் பெரிய செதில் மீன்களும் அவருடைய தொட்டியில் நீந்துகின்றன. "மீன்களை நாயைப் போல உலாத்த அழைத்துப் போகத் தேவையில்லை" என்கிறார் ஆசிரியரின் அலுவலக நண்பர். பெயர்– அலி. பங்களாதேஷ்காரர். சுறுசுறுப்பானவர். "அலியின் மனைவி சிறு உடல் கொண்ட அழகி". அலங்காரப்பிரியை. சோம்பல் பெண். அலியின் ஐந்து வயது மகளின் பெயர் நுஸ்ரத்.

அலி அடிக்கடி வெளிநாடுகள் போவார். ஈமெயில் இல்லாத அந்தக் காலத்தில், டெலக்ஸில் செய்திகள் அனுப்புவார். தொலைபேசியிலும் அழைப்பார். அது நள்ளிரவாக இருக்கும். "அங்கே இப்ப என்ன நேரம்?" என்று கேட்பார். மன்னிப்புக் கோருவார். பின் உரையாடலைத் தொடருவார். ஒவ்வொரு முறையும் இதே கதை. ஒரு முறை ஆசிரியர் அலியிடம் சொல்கிறார்: "நீங்கள் கிழக்கில் இருக்கும்போது உங்களுக்கு சூரியன் முதலில் உதயமாகிவிடும். அப்போது மேற்கில் இருக்கும் எனக்கு இன்னும் விடியாமல் நடுச்சாமமாக இருக்கும். ஆகையால் உங்கள் நேரத்தில் சில மணித்தியாலங்களைக் கழித்த பிறகே என் நேரம் வரும்". சர்வதேசத் தேதிக்கோடு பற்றிப் போதிக்கவும் செய்கிறார். ஆனால் அலிக்கு நேர வித்தியாசம் பிடிபடுவதில்லை.

அலிக்கு திடீரென ஜப்பானுக்கு மாற்றலாகிறது. அவர் முதலில் வீட்டைக் காலி செய்துவிட்டுப் போகிறார். அவர் மனைவியும் நுஸ்ரத்தும் ஒரு வாரம் கழித்துப் போவதாக ஏற்பாடு. இந்த ஒரு வாரமும் முத்துலிங்கம் வீட்டில் தங்குகிறார்கள். துடிதுடியென இருக்கும் நுஸ்ரத்தைப் பற்றி ஆசிரியர் சொல்கிறார்: "நுஸ்ரத் எப்பவும் சிவப்பு சொக்ஸ் அணிந்த கால்களில், சில்லுப் பூட்டி வைத்தது போல் அவசரம் காட்டுவாள். அவளைப் பார்க்கும்போதெல்லாம் எனக்குள் துயரம் பொங்கும். நுஸ்ரத்தின் தாயார் அவளைக் கொஞ்சுவது கிடையாது. அவளுக்கு உடுப்பு அணிவித்துச் சரி பார்த்ததையோ, தலை சீவிவிட்டதையோ

நாங்கள் பார்க்கவில்லை. ஆனால் நுஸ்ரத் ஏவிய வேலைகளைச் செய்வதற்கு நாங்கள் இருவரும் எப்பவும் தயார் நிலையில் இருந்தோம்."

புத்தக அடித்தட்டில் உள்ள தொக்கையான, இப்போது பதிப்பில் இல்லாத, ஓவியங்கள் மிகுந்த உலக சரித்திரப் புத்தகமொன்று நுஸ்ரத்துக்குப் பிடித்துப்போகிறது. அதை எடுத்து வைத்து மணிக்கணக்காகப் பார்த்துக்கொண்டே இருக்கிறாள். அவர்கள் வீட்டில் இருந்த ஒரு வாரமும் நுஸ்ரத் வீட்டில் உண்டாக்கும் சேதங்கள் அநேகம். எனினும் இவர்கள் அதைப் பொருட்படுத்துவதில்லை. அவர்கள் புறப்படும் அன்று மணல்புயல் அடிக்கிறது. காரை மூடிய மணலை அகற்றி, விமான நிலையத்திற்குப் புறப்படுகிறார்கள். விமான அறிவிப்பு வந்ததும் நுஸ்ரத் தம்பதிகளைக் கட்டிப் பிடித்து அழுகிறாள். இளகிப்போன ஆசிரியருக்குத் தோன்றுகிறது: "இந்தக் குழந்தைக்கு நாங்கள் என்ன செய்தோம் – திறமான இரண்டு வேலைக்காரர்போல் செயல்பட்டது தவிர ..." வீட்டிற்குத் திரும்பும்போது கழுதையின் மீது தூக்கத்தில் தலை கவிழ்ந்தபடி வரும் ஒரு பால்காரன் எதிர்ப்படுகிறான்.

அடுத்த நாள்தான் ஆசிரியருக்குப் பொக்கிஷமான உலக சரித்திரப் புத்தகத்தைக் காணவில்லை என்பதைக் கண்டறிகிறார்கள். மணல்புயல் உண்டாக்கிய "மெல்லிய தூசியில் புத்தகத் தட்டுக்கு முன் சிறு பாதச் சுவடுகள் வந்து, திரும்பிப்போன தடங்கள்". நுஸ்ரத் திருடியிருப்பாள் என்பது அவர்களுக்கு அதிர்ச்சி அளிக்கிறது. முத்துலிங்கத்தின் மனைவி இதை அலியிடம் சொல்ல வேண்டும் என்கிறார். ஆனால் அப்படியே விட்டுவிடவே ஆசிரியர் விரும்புகிறார். "அந்தக் குழந்தையைக் குற்றம் சொல்ல யாருக்கு மனது வரும்."

ஆறு மாதங்களுக்குப் பிறகு அலியிடமிருந்து விடிகாலை தொலைபேசி வருகிறது. எதிர்பாராத செய்தி. "நுஸ்ரத்தை இப்போதுதான் அடக்கம் செய்துவிட்டு வருகிறோம்" என்கிறார் அலி. அன்று காலை எப்போதும்போல் பள்ளிக்கூடம் போயிருக்கிறாள். பள்ளியில் மயக்கம் போட்டு விழுந்திருக்கிறாள். உடனே அவசரப்பிரிவுக்கு கொண்டு போயிருக்கிறார்கள். மூளையிலே ரத்த நாளம் வெடித்து விட்டது என்கிறார்கள்.

"நான் எடுத்த படம் ஒன்று இருக்கிறது. நுஸ்ரத் சூரியனைப் பார்த்தபடி கண்களைச் சரித்துக்கொண்டு நிற்கிறாள். என்னுடைய நிழல் அவள்மேல் விழுந்து அந்தப் படத்தில் அவளுடன் இருக்கிறது. நான் இரவு உணவு சாப்பிட்டபோது அவள் அங்கே பாத்ரூமில் நுனிக்காலில்

நின்று பிரஷ் பண்ணி, கோணல்மாணலாகத் தலைசீவி, ஒரு புதிய நாளைத் தொடங்கியிருக்கிறாள். பின்னிரவில் நிலாபட்டு என்னிடம் வந்துசேர்ந்தபோது, அவள் சீருடை போட்டு சிவப்பு சொக்ஸ் அணிந்து, பள்ளிக்கூடம் போயிருக்கிறாள். நான் நிம்மதியான நித்திரைக் கனவுகளில் திளைத்தபோது அவள் இறந்துவிட்டிருக்கிறாள்."

"அதன் பிறகு, ஒரு தேசத்தையும் தீண்டாத சர்வதேசத் தேதிக்கோடு இடையிலே விழுந்ததுபோல எங்களுக்குள் பெரும் மௌனம் இறங்கிவிட்டது. அலியின் நடுநிசித் தொலை பேசிகள் நின்றன. திருட்டுப்போன அதே சைஸ் மொத்தையான வேறு ஒரு புத்தகத்தை என் மனைவியால் கண்டுபிடிக்க முடியவில்லை. ஆனபடியால், என்னுடைய புத்தக செல்ஃபில் செவ்வக வடிவ ஓட்டையொன்று, நாங்கள் சூடானை விடும்வரைக்கும், அப்படியே நிரப்பப்படாமல் இருந்தது. உதிர்ந்து போன கிழவரின் முன்பல்லைப்போல, எப்பவும் ஞாபகப்படுத்தியபடி."

இந்தக் கட்டுரை நகைச்சுவையில் நடைபோட்டு நெகிழ்ச்சி யில் நின்றடைகிறது. எளிய சொற்களால் செதுக்கிச் செதுக்கிச் செய்யப்பட்டிருக்கிறது. கட்டுரையின் களம் நுட்பமாக விரிகிறது. பரந்துகிடக்கும் பாலைவனங்கள் மிகுந்த சூடானில்தான், தெற்கு வடக்காக வகிடெடுத்ததுபோல் தேசத்தை நெடுகிலும் நனைத்தபடி உலகின் நீளமான நைல் நதியும் ஓடுகிறது. பாலை வெளியின் மணல்புயலும் நைல் நதியின் மீன்களும் கதைப் போக்கில் இடம் பெறுகின்றன. 'அந்தக் காலத்தில் ஈமெயில் இல்லை' என்று நேராகச் சுட்டுப்படுகிற காலம், பிறிதொரு இடத்தில் 'சுழட்டி டயல் பண்ணும் டெலிபோன் கைப்பிடியைக் காதில் வைக்கும் போது' மறைமுகமாக நினைவூட்டப்படுகிறது. கயிற்றுக் கட்டில்கள் மக்களின் வாழ்நிலையைக் குறிக்கின்றன.

கட்டுரை, புத்தகம் அடுக்குவதில் தொடங்குகிறது. எட்டுப் பக்கக் கட்டுரையில் இரண்டு பக்கம்–கால் பாகம்– இது வருகிறது. முத்துலிங்கம் தம்பதிகளின் அந்நியோன்யம் ஓசையின்றி வாசக மனத்தில் படிவது இந்தப் பகுதியில்தான். ஆனால் எடை வாரியாகப் புத்தகம் அடுக்குவதில்தான் இந்தப் பகுதியின் முக்கியத்துவம் இருக்கிறது. அதனால்தான் குழந்தை யின் கையெட்டுகிற கீழ்த்தட்டில் அந்தத் தொக்கையான புத்தகம் இடம் பிடிக்கிறது. அது களவு போனதும் அந்தக் காலியிடம் இழப்பை ஞாபகப்படுத்தியபடியே இருக்கிறது.

வார்த்தைகளே தன்னை வசீகரிப்பதாகச் சொல்லும் முத்துலிங்கத்தின் சில அபூர்வ வாக்கியங்கள் இந்தக் கட்டுரையில்

வருகின்றன. ‘அலியின் மனைவி சிறு உடல் கொண்ட அழகி’ என்பதில் அந்தப் பாத்திரம் சிக்கனமான வார்த்தைகளினூடே கதையில் பிரவேசிக்கிறது. சுந்தர ராமசாமியின் ‘ஜே.ஜே சில குறிப்புக’ளில் வரும் எழுத்தாளர் சுபத்திரம்மா தங்கச்சியைக் குறித்து ‘பார்க்கப் பார்க்கப் பெண் போலவே காட்சியளிக் கூடியவள் அவள்’ என்று ஒற்றை வரி வர்ணனை வரும். ஜி. நாகராஜன் தனது ‘ஆண்டுகள்’ எனும் சிறுகதையின் நடுத்தர வயது – நடுத்தர வர்க்க நாயகி மெர்ஸியை ‘அலுத்துப்போன அழகி’ என்று ரத்தினச் சுருக்கமாய் அறிமுகப்படுத்துவார். முத்துலிங்கத்தின் ‘அழகி’யையும் இந்த வர்ணனைகளின் தொடர்ச்சியாகப் பார்க்கலாம்.

விரிந்து கிடக்கும் பக்கங்களுக்கு மேல் தூங்கிவிடும் குழந்தை ஆசிரியரின் பார்வைக்கு, ‘இன்னும் வாசிக்கப் பழகாத சொற்களுக்கு மேல் தலையை வைத்தபடி’ உறங்குவதாகப் படுகிறது. விமான நிலையத்தில் விடைபெறும்போது குழந்தை கையை உயர்த்தி ஆட்டியபடி செல்வது, ‘தன்னிலும் உயரமான ‘ஒரு கண்ணாடியைத் துடைப்பது’ போலத் தோன்றுகிறது. ஜோடனைகள் இல்லாத முறுக்கிக்கொள்ளாத எளிய சொற்களின் கூட்டில் வரும் இந்த வாக்கியங்கள் யாரைத்தான் வசீகரிக்காது?

கட்டுரை பாதிக்கு மேல் நகர்ந்த பின்தான் கதையின் நாயகி நுஸ்ரத் வருகிறாள். எட்டுப் பக்கக் கட்டுரையில் ஆறு பக்கங்கள் கேலியும் கிண்டலுமாகப் போகிறது. ஆனால் கதை முடிவில் நெகிழ்ச்சி படர்வதற்கு இது தடையாக இல்லை. ஆறாம் பக்க இறுதியில் கழுதையின் மீது கவிழ்ந்த தலையோடு வரும் பால்காரன் எதிர்ப்படுகிறான். ஒரு விதத்தில் கட்டுரையின் துக்ககரமான முடிவை வாசகனுக்கு அவன் குறி சொல்கிறான்.

கிழக்கே சூரியன் முன்பே உதித்துவிடுகிற டோக்கியோவில் நுஸ்ரத் தனது கடைசி தினத்தைத் தொடங்கும்போது, ஆசிரியர் மேற்கே சூடானில் மற்றுமொரு மாலைப் பொழுதைத் தொடங்குகிறார். தான் எடுத்த படத்தில் தனது நிழல் சிறுமியின் மீது கவிந்திருப்பது அவருக்கு நினைவு வருகிறது. இந்த *overlap*, அடுத்து வரும் வரிகளின் உருவத்திற்கும் உள்ளடக்கத்திற்கும் வாசகனைத் தயாராக்குகிறது. அவர் இங்கே இரவு உணவு சாப்பிட்டபோது அவள் அங்கே நுனிக்காலில் நின்று பிரஷ் பண்ணி, கோணல்மாணலாகத் தலை சீவி, ஒரு புதிய நாளைத் தொடங்குகிறாள். ஏன் நுனிக்காலில் நின்று பிரஷ் பண்ண வேண்டும்? வாஷ் பேசினிற்கு மேல் இருக்கும் கண்ணாடி குழந்தைக்கு எட்டாதே. அல்லது, ஆசிரியரின் வீட்டில் அப்படி எட்டாமல் இருந்திருக்க வேண்டும். ஏன் கோணல்மாணலாகத் தலை சீவ வேண்டும்? நுஸ்ரத்தின் தாயார் அவளுக்குத்

தலைசீவிவிட்டு அவர் பார்த்ததில்லையே? சிறுமியால் கோணல்மாணலாகத்தானே தலை சீவிக்கொள்ள முடியும்? அப்புறம், அன்றைய தினத்தின் காலம் மெல்ல நகர்கிறது. அது ஆசிரியரின் கலாபூர்வமான மொழியில், பின்னரவில் நிலா ஒவ்வொரு இலையாகப் பட்டு அவரிடம் வந்து சேர்கிறது. அப்போது அவள் சீருடை போட்டு சிவப்பு சொக்ஸ் அணிந்து பள்ளிக்கூடம் போகிறாள். ஏன் சிவப்பு சொக்ஸ் அணிய வேண்டும்? இவரது வீட்டில் தங்கியிருந்தபோது எப்பவும் சிவப்பு சொக்ஸ் அணிந்த கால்களில் சில்லுப்பூட்டி வைத்ததுபோல் அவசரம் காட்டிய சித்திரம் அவர் மனசில் பதிந்திருக்கிறது. அதனால் சிறுமி சிவப்பு சொக்ஸே அணிந்திருக்க வேண்டும் என்று அவர் நினைத்துக்கொள்கிறார். சிறுமி இறந்து போகிறபோது, தான் நிம்மதியான நித்திரைக் கனவில் இருந்தது அவரை வருத்து கிறது. துக்கம் வாசக மனதில் கூராக இறங்குகிறது. கட்டுரையின் பல இடங்களில் மேலெழும்பும் சர்வதேசத் தேதிக்கோடு, இறுதியில் நண்பர்களுக்கிடையில் எப்போதைக்குமாய் இறங்கிவிடுகிறது.

முத்துலிங்கம், தனது மற்ற பத்திகளைப் போலவே இதிலும் கட்டுரைகளின் சம்பிரதாய வடிவங்களை ஓசையின்றித் தகர்க்கிறார். முன்னுரை – உள்ளடக்கம் – முடிவுரை என்கிற ஆகிவந்த கட்டமைப்பு அவருக்கு உவப்பாக இல்லை. படைப்பிலக்கியத்தின் வடிவத்தையும் மொழியையும் கையிலெடுத்துக்கொண்டு அவர் கட்டுரைகளை எதிர்கொள் கிறார். அப்போது அவரது பேனா நுனியில் கட்டுரையும் கதையும் ஒன்றன் மீது மற்றொன்று கவிகிறது. இந்த இரண்டுக்கும் இடையிலான முத்துலிங்கத்தின் வெளி உருவாகிறது. இந்த வெளியில் கதைகளின் சுவாரஸ்யம் இருக்கிறது. ஆனால் கதைகளின் புனைவுத்தன்மை இல்லை. மாறாகக் கட்டுரைகளின் நம்பகத்தன்மை இருக்கிறது. அதே வேளையில் கட்டுரைகளின் இறுக்கம் இல்லை. தமிழில் அதிகம் பேர் பிரவேசித்திராத வெளியிது. இந்த வெளியில் வாசகரால் இயல்பாக நடக்க முடிகிறது. அப்படி நடக்கிற நேரமெல்லாம் வாசகரின் நல்ல நேரமாகிறது.

திண்ணை.காம், **11.5.2006**

10

முத்துலிங்கத்தின் மூன்று உலகங்கள்

அன்பு நெஞ்சங்களுக்குத் தலை வணங்கு கிறேன்!

'தில்லிகை'யின் இந்தச் சந்திப்பில், எழுத்தாளர் அ. முத்துலிங்கம் அவர்களின் சிறுகதைகளைப் பற்றிச் சில குறிப்புகளை உங்களிடத்திலே நான் பகிர்ந்துகொள்ளப்போகிறேன். அதில் நான் மிகுந்த மகிழ்ச்சியடைகிறேன். இந்த உரைக்கு ஒரு தலைப்பு வேண்டும் என்று 'தில்லிகை'யின் அமைப்பாளரும் எழுத்தாளரும் என் நண்பருமான 'பயணி தரன்' என்னிடம் கேட்டார். நான் "முத்துலிங்கத்தின் மூன்று உலகங்கள்" என்று வைத்துக்கொள்ளலாம் என்று சொன்னேன். அதற்குச் சிறப்பான காரணங்கள் எதுவும் இல்லை. பொதுவாகவே எதையும் அட்டவணைப்படுத்திப் பழக்கப்பட்டவர்கள் நாம். நமக்கு எல்லாவற்றையும் ஒரு பட்டியலுக்குள் கொண்டுவர வேண்டும்.

சார்பெழுத்துக்கள் எத்தனை வகைப்படும்? பத்து வகைப்படும். அவை யாவை? உயிர் மெய், ஆய்தம், குற்றியலுகரம், குற்றியலிகரம், உயிரளபெடை, ஒற்றளபெடை, ஐகாரக்குறுக்கம், ஔகாரக்குறுக்கம், மகரக்குறுக்கம், ஆய்தக்குறுக்கம். அடுத்து, வேற்றுமை எத்தனை வகைப்படும்? எட்டு வகைப்படும். தமிழ் இலக்கணத்தை ஏழாகப் பிரிக்கலாம். இப்படிப் பயிற்சி பெற்றதினால்,

❧ 98 ❧ மு. இராமனாதன்

நான் தொழிலுக்கு வந்த பிற்பாடு எழுதுகிற மின்னஞ்சல்கள், கடிதங்கள் இவற்றிலெல்லாம் இதைப் பயன்படுத்த ஆரம்பித்தேன். இதில் ஒரு சின்ன சூழ்ச்சி இருக்கிறது. நாம் எழுதுவதை எல்லோரும் படிக்கவேண்டும் என்று நினைத்தால், பட்டியல் போட்டுவிட வேண்டும். படிக்க வேண்டாம் என்று நினைத்தால் அதை நீளமான வாக்கியங்களில் எழுதிவிடலாம். அதில் பலவற்றை ஒளித்தும் வைத்துவிடலாம். தேவைப்படும்போது ஒட்டகம் மாதிரி அதை மீள எடுத்துச் சொல்லலாம் – நான் 2011, அக்டோபர் 30ஆம் நாள் எழுதிய மின்னஞ்சலில் இப்படிச் சொல்லியிருக்கிறேன் என்று. பலரும் படித்திருக்க மாட்டார்கள். எண்களோடு பட்டியல் போட்டால்தான், அல்லது மைக்ரோசாப்ட்டில் இருக்கிற குண்டுப் புள்ளிகள் போட்டு எழுதினால்தான் படிக்கிறார்கள்.

அதேமாதிரி முத்துலிங்கத்தின் படைப்புக்களையும் மூன்றாகப் பிரித்துக்கொள்ளலாம் என்று நினைக்கிறேன். இப்படிப் பிரித்துக்கொள்ள வேண்டும் என்று அவர் சொல்ல வில்லை. அவர் பாவம் தொடர்ந்து எழுதிக்கொண்டு இருக்கிறார். எதையும் நமக்கு வேண்டிய மாதிரிப் பிரித்துக்கொள்வது நமக்குத் தோதானது. கவிஞர் விக்ரமாதித்யன் “கோயிலுக்கு” என்று ஒரு கவிதை எழுதியிருப்பார். கவிதை நெடுக திருநெல்வேலி நெல்லையப்பர் கோவிலைப் பற்றிச் சொல்லிக்கொண்டு வருவார். நான்கு வாசல், இரண்டு சந்நிதி, ஆறு கால பூஜை, ஸ்தல விருட்சம், பிராகாரம், நந்தவனம், பொற்றாமரைக் குளம் – இப்படிச் சொல்லிக் கொண்டே வருவார். ஒரு வெண்பாவின் ஈற்றடிபோலக் கவிதை இப்படி முடியும்: ‘தெய்வமும் ஐதீகத்தில் வாழும்’. எல்லாவற்றையும் ஒரு அமைப்புக்குள், ஒரு பட்டியலுக்குள் நாம் அடக்கிவிடுகிறோம். தெய்வத்தையும் நமக்கேற்றபடி ஒரு கட்டுக்குள் கொண்டுவந்து விடுகிறாம். அப்போதுதான் அது நம்முடைய தெய்வமாக இருக்க முடியும். அதேமாதிரி நான் முத்துலிங்கத்தின் படைப்புகளை என்னுடைய வசதிக்காக மூன்றாகப் பிரித்துக்கொள்கிறேன். அவரது படைப்புகளின் களத்தை மூன்று பகுதிகளாக, அல்லது அவருடைய எழுத்தை மூன்று உலகங்களில் நடப்பதாக நான் பாவித்துக்கொள்கிறேன்.

மூன்று உலகங்கள்

முதலாவது வகை இலங்கையில் நடைபெறும் கதைகள். கதாபாத்திரங்கள் இலங்கையில் இருப்பார்கள். கதை இலங்கை யில் ஆரம்பித்து இலங்கையில் முடியும். இரண்டாவது வகைக் கதைகள் வெளிநாடுகளில் நடப்பவை. இந்த நிகழ்ச்சிக்குத் தலைமை வகிக்கும் பி.ஏ. கிருஷ்ணன் முத்துலிங்கத்தின் எழுத்து

பயணிக்கிற பிரதேசங்களைப் பற்றிப் பேசினார். தமிழில் இருக்கிற மிக முக்கியமான படைப்பாளியாக முத்துலிங்கத்தைக் கருதுவதற்கு என்ன காரணம் என்றால், பாரதி சொன்ன மாதிரி எட்டுத் திக்குகளில் இருக்கும் கலைச் செல்வங்களை அவர் தமிழுக்குக் கொண்டுவந்து சேர்க்கிறார். இந்த இரண்டாவது வகைக் கதைகள் பல்வேறு வெளிநாடுகளில் நடக்கிற கதைகள். அது காபூலாக இருக்கலாம். இஸ்லாமாபாத்தாக இருக்கலாம். டொராண்டோவாக இருக்கலாம். அனால் இந்தக் கதைகளிலெல்லாம் தமிழ்ப் பாத்திரங்கள் இடம்பெறுவார்கள். கதைசொல்லியோ, கதையிலுள்ள பிரதானப் பாத்திரங்களோ தமிழராக இருப்பார்கள். இது அவரது இரண்டாவது உலகம். அவரது பெரும்பாலான படைப்புகளை இரண்டாவது வகைக்குள்ளே கொண்டுவந்துவிடலாம்.

மூன்றாவது வகைக் கதைகளும் வெளிநாடுகளில் நடக்கிற கதைகள்தாம். வெளிநாட்டு மண்ணில் வெளிநாட்டுக் கலாசாரப் பின்புலத்தில் நடைபெறும் கதைகள். ஆனால் இந்தக் கதைகளிலே தமிழ்க் கதாபாத்திரங்கள் இரா. வெளிநாட்டுக் கதாபாத்திரங்கள் மட்டும் இடம் பெறும் தமிழ்க் கதைகளாக அவை இருக்கும். இரண்டாவது வகைக் கதைகளில் தமிழ்ப் பாத்திரங்கள் எனும் ஒரு சின்னப் பாலம் இருக்கிறது. இதில் அதுவும் இல்லை. முழுக்க முழுக்க வெளிநாட்டுக் கதாபாத்திரங்களை வைத்து நமக்கு முற்றிலும் அந்நியமான சூழலில் நிகழும் கதைகளைத் தமிழ் வாசகருக்கு நெருக்கமான குரலில் அவரால் சிறப்பாகச் சொல்ல முடிகிறது. இந்தக் கதைகளின் வழி மனித மனத்தின் ஆசாபாசங்கள் அடிப்படையிலே ஒன்று என்பதாக எடுத்துக் கொள்ளலாம். கலாசார வேறுபாடுகளை அவர் கொண்டுவந்து சேர்க்கிறார் என்றும் எடுத்துக்கொள்ளலாம். இந்தச் சிரமமான வேலையை அவர் லாவகமாகச் செய்துகொண்டிருக்கிறார். இப்படியாக அவரது படைப்புகளை நாம் மூன்றாகப் பிரித்துக் கொள்கிறோம்.

இந்தப் பிரிவுகள் கதைகளின் உள்ளடக்கம் சார்ந்தவை. ஒரு கதை எப்போது சிறந்த கதையாகிறது என்றால், அது உள்ளடக்கத்திலும் சொல்லுகிற முறையிலும் வடிவத்திலும் சிறப்பாக இருக்கும்போதுதான். இரண்டு ஆண்டுகளுக்கு முன்னால் விபத்துப்போல ஒரு சம்பவம் நிகழ்ந்தது. சென்னையில் இலக்கியச் சிந்தனை என்றொரு அமைப்பு இருக்கிறது. நாற்பது ஆண்டுகளுக்கு மேலாக மாதத்தின் கடைசி சனிக்கிழமை மாலை ஒரு கூட்டம் நடக்கும். இங்கே இருக்கிற கூட்டம்கூட இராது. 'தில்லிகை'க்கு வருகிறவர்களின் எண்ணிக்கை தில்லியில் உள்ள

தென்னிந்தியச் சைவ உணவகங்களின் எண்ணிக்கையைக் காட்டிலும் குறைவாக இருப்பதாகப் பயணி ஆதங்கப்பட்டார். சென்னையிலும் அப்படித்தான். நாங்கள் ஹாங்காங்கில் இலக்கிய வட்டம் என்றொரு அமைப்பை நடத்துகிறோம். அங்கேயும் அப்படித்தான். தமிழர்களின் சுபாவம் இது. தீவிர இலக்கியத்துக்கான வெளி என்பது தமிழில் மிகக் குறுகிய வெளிதான்.

சரி; இனி இலக்கியச் சிந்தனைக்கு வருவோம். இதன் மாதாந்தரக் கூட்டங்களில் அதற்கு முந்தைய மாதம் பருவ இதழ்களில் வெளியான சிறுகதைகளில் ஒன்றை ஒரு வாசக – விமர்சகர் தேர்ந்தெடுப்பார். ஆண்டிறுதியில் அவ்விதம் சேரும் பன்னிரண்டு சிறுகதைகளில் ஒன்றை ஆண்டின் சிறந்த சிறுகதையாக ஒரு எழுத்தாளரோ திறனாய்வாளரோ தேர்ந்தெடுப்பார். 2010ஆம் ஆண்டின் முடிவில் அந்தத் தேர்ந்தெடுக்கும் பணியினை எனக்குக் கொடுத்தார்கள். எனக்குக் கவலையாகப் போய்விட்டது. என்னைப் பற்றிய கவலையில்லை அந்த அமைப்பைப் பற்றிய கவலை. சரி, இந்தப் பன்னிரண்டு கதைகளையும் மதிப்பிட வேண்டுமென்றால் அதற்கு ஓர் அளவுகோல் வேண்டும் அல்லவா? ஏனென்றால், பன்னிரண்டு கதைகளும் வெவ்வேறு விதமான கதைகள். நல்ல கதைகளின் குணாதிசயங்களாகச் சிலவற்றை நான் பட்டியல் போட்டேன். பட்டியல் போடாமல்தான் எதுவுமே நடக்காதே.

1. ஒரு நல்ல கதைக்குச் சிக்கனம் முக்கியம். இங்கு சிக்கனம் என்பது கதையின் அளவைக் குறிக்கவில்லை; அது சொற்சிக்கனத்தைக் குறிக்கிறது. தேவைக்கதிகமான சொற்கள் சேருகிறபோது அந்தப் படைப்பு வார்த்தைக் காடாகிவிடும்.

2. கட்டுரைகளினின்றும் உடனடியாக இனம் பிரிக்கக்கூடிய புனைவின் மொழி ஒரு நல்ல கதையில் அமைந்திருக்கும். இந்த விதி முத்துலிங்கத்துக்குப் பொருந்தாது. அவரது கட்டுரைகள் விதிவிலக்கானவை. அதை நேரமிருந்தால் பின்னால் பார்க்கலாம்.

3. ஒரு நல்ல கதை தனக்கென்று நிர்ணயித்துக்கொண்ட இலக்கை நோக்கிச் சரி கணக்காக முன்னேறும். இடையில் தடம் புரளாது. மையக் கருவுக்குத் தேவையற்ற யாதொன்றும் கதையில் இராது.

4. ஒரு நல்ல கதை முன்முடிவுகளையோ தீர்மானங்களையோ வாசகர்கள் மீது திணிக்காது.

5. கதை நிகழும் புற வெளியாகிலும், கதை மாந்தர்களின் மன அவசங்கள் இடம்பெறும் அக வெளியாகிலும், வாசகர் இந்த

இது முத்துலிங்கத்தின் நேரம்

வெளிகளில் சஞ்சரிக்க முடிந்தால் மட்டுமே கதை நம்பகத்தன்மை பெறும்.

6. கடைசி விதிதான் முக்கியமானது. ஒரு நல்ல கதை வாசகனைக் கேள்வி கேட்கும். அந்தக் கதையில் வாசகருக்கான ஒரு வெளி இருக்கும். எழுதப்பட்ட வரிகளுக்கிடையில் அவர் உய்த்து உணர்ந்து பொருள்கொள்ள ஏதுவான எழுதப்படாத வரிகளும் இருக்கும். ஒவ்வொரு முறை வாசிக்கும்போதும் அவை மணற்கேணிபோல் ஊறி வரும். ஒரு நல்ல கதையை கதாசிரியர் எழுதி முடித்துவிடுவதில்லை. வாசகர்தான் முடித்துக் கொள்ளவேண்டும். 'அறிதோறும் அறியாமை கண்டற்றால்' என்ற குறளுக்கு இலக்கியமாக அமைந்தால் அது பெரிய வெற்றி.

இப்படியாக நான் ஆறு விதிகளை வகுத்துக்கொண்டு அந்தத் தேர்வை மேற்கொண்டேன்.

ஆக, முத்துலிங்கத்தின் கதைகளின் வடிவத்தில் மூன்று வகைகள் இருக்கின்றன. ஒரு நல்ல கதைக்கான அடையாளமாக ஆறு குணங்கள் இருக்கின்றன. இவை இரண்டையும் எடுத்துக்கொண்டு முத்துலிங்கத்தினுடைய கதைகளுக்குள் போவோம். இதுவரை முத்துலிங்கம் கிட்டத்தட்ட நூறு சிறுகதைகள் எழுதியிருப்பார் என்று நினைக்கிறேன். அதேயளவு கட்டுரைகளும் எழுதியிருப்பார். 'உண்மை கலந்த நாட்குறிப்புகள்' நாவலில் இருக்கின்ற 46 அத்தியாயங்களையும் 46 சிறுகதைகளாக எடுத்துக்கொள்ளலாம். அப்படியானால் நூற்றைம்பது சிறுகதைகள்வரை இருக்கும். இந்த 150 கதைகளையும் இந்த மூன்று வகைகளுக்குள் கொண்டு வரலாம். ஒவ்வொரு வகைக்கும் உதாரணமாக ஒரு கதையை எடுத்துக்கொள்ளலாம் என்று நினைக்கிறேன்.

அம்மாவின் பாவாடை

இலங்கையை மட்டும் பின்புலமாகக் கொண்ட முதல் வகைக் கதைகளுக்கு 'அம்மாவின் பாவாடை' என்கிற கதையை எடுத்துக்கொள்ளலாம். இந்தக் கதை பத்து வயதுப் பையன் ஒருவன் பார்வைக் கோணத்தில் சொல்லப்படுகிறது. அந்தப் பையன்தான் கதையைச் சொல்கிறான். சிறுவர்கள் சொல்கிற கதையை எழுதுவது கம்பியில் நடப்பதைப் போன்றது. ஏனென்றால் எழுதுகிறவர்கள் வயதானவர்கள். அந்த வயதுக்கான அனுபவமும் சூழ்ச்சியும் முதிர்ச்சியும் வந்திருக்கும். இதையெல்லாம் கழட்டி வைத்துவிட்டு ஒரு பையனாக இருந்து கதை சொல்ல வேண்டும்.

நான் தமிழ் சினிமா பார்த்துக்கொண்டிருந்த காலத்தில் சின்னப் பையன்களெல்லாம் பெரிய பெரிய வசனங்களைப்

பேசுவார்கள். அதாவது பெரியவர்கள் என்ன பேச வேண்டுமென்று கதாசிரியர் நினைக்கிறாரோ அதையெல்லாம் இந்த சின்னப் பையனின் தலையிலே சுமத்தி அவனைப் பேச வைத்துவிடுவார். எல்லோரும் கைதட்டுவார்கள். அவர்கள் குழந்தை நட்சத்திரங்களாகி விடுவார்கள். அவர்களுக்குப் பரிசு, பட்டயம் எல்லாம் கிடைக்கும். முத்துலிங்கம் இந்தப் பள்ளத்திலெல்லாம் விழாமல் அந்தப் பையனது பார்வையிலேயே கதையைச் சொல்லுகிறார்.

அறுபது ஆண்டுகளுக்கு முன்னால் நடக்கிற கதை. அந்தக் கிராமத்தில இருக்கிற பெண்கள் இரண்டு வகையானவர்கள். முதலாவது வகை இரண்டு பாவாடைகள் வைத்திருக்கிற வசதியான பெண்கள். இன்னொரு வகை ஒரு பாவாடை வைத்திருக்கிற ஏழ்மையான பெண்கள். ஒரு பாவாடை வைத்திருக்கிற பெண்கள் விசேஷங்களுக்கும் திருவிழாக்களுக்கும் மட்டும் அந்தப் பாவாடையை உடுத்துவார்கள். மணியக்காரரின் மனைவிக்கும் கதைசொல்லிப் பையனின் அம்மாவுக்கும்தான் இரண்டு பாவாடைகள் இருப்பதாக ஊரில் பேசிக்கொள்கிறார்கள். அம்மா நல்ல வசதியான இடத்திலிருந்து வந்தவர். ஆனால் புகுந்த வீட்டைப் பற்றி அப்படிச் சொல்ல முடியாது. பையனுடைய அப்பாவைப் பற்றிச் சொல்லும்போது, 'அவருக்கு எந்தப் பழக்கமும் கிடையாது. குடிப்பழக்கம் கிடையாது. சுருட்டுப் பழக்கம் கிடையாது. சீட்டாட்டம் கிடையாது. இன்னும் சொல்லப்போனால் அவருக்கு வேலை பார்க்கிற பழக்கமும் கிடையாது' என்கிறார். ஆக அப்பா வீட்டில்தான் இருக்கிறார். அம்மாதான் அவரது தாய் வீட்டிலிருந்து வருகின்ற நெல்லையும் தேங்காயையும் வைத்து குடும்பத்தைச் சமாளித்து வருகிறார். அந்தப் பையன் சொல்கிறான் – 'எனக்குத் தெரியாமல் வறுமையை மறைப்பதற்கு அம்மா மிகவும் சிரமப்பட்டாள்'.

இந்தப் பையன் பக்கத்து வீட்டுப் பையனோடு விளையாடுவான். இவன் ரொம்ப ஒல்லியாக இருக்கிறான். அந்தப் பையனோ திடகாத்திரமாக இருக்கிறான். விளையாட்டின் முடிவில் எப்பவும் சண்டை வரும். அம்மா வந்து பிரித்து விடுவார். ஒரு சந்தர்ப்பத்தில இவன் அடுத்த வீட்டுப் பையனைத் தூமையன் என்று திட்டிவிடுகிறான். அது மிக மோசமான வசைச் சொல். இதை அம்மாவால் தாங்க முடியவில்லை. இவன் உதட்டிலே சுண்டிவிடுகிறார். பூவரசங் கிளையை ஒடித்து அடிக்கிறார். அவ்வளவு அடி வாங்கிய பிறகுங்கூட அவனுக்கு அம்மா மேல் கோபம் வரவில்லை. அம்மாவின் மனதை எப்படி மாற்றுவது என்றுதான் யோசிக்கிறான். ராத்திரியில் அம்மா வந்து பையனைக் கட்டிப்பிடித்துக்கொள்கிறார். "ஒரு

சின்ன இடைவெளி விட்டால்கூட அது பெரிய அபராதமாகிவிடும் என்பதுபோல என்னை இறுக்கியபடி அம்மா விம்மினாள்" என்கிறான் பையன்.

இவர்கள் வீட்டில கீரைப்பாத்திகள் இருக்கின்றன. பக்கத்து வீட்டு மாடு அடிக்கடி வந்து கீரையைத் தின்றுவிடும். இனிக் கதையின் கடைசி வரிகளை உங்களுக்கு வாசிக்கலாம் என்று நினைக்கிறேன்.

"அம்மா அருமையாக வளர்த்த கீரை தகதகவென்று வளர்ந்து வயதுக்கு வரும் சமயம் ஒருமுறை மாடு புகுந்துவிட்டது. கீரைப் பாத்தியை துவம்சம் செய்துவிட்டது. கீரைப் பாத்தியைக் கொத்துக் கொத்தாக இழுத்து மண்ணை உதறிச் சாப்பிட்டு முடித்தது. கீரைப்பாத்தி வெறும் தொடக்கம்தான். அதை முடித்துவிட்டுப் பிரதான சாப்பாட்டை நிறைவேற்றும் நோக்கத்தோடு திரும்பியது. சூரியனால் பழுப்பேறிப்போய் கீழ்க்கரையோரம் கிழிந்து நுரைவராத சோப்பினால் கழுவித் துவைத்து உலர்த்தப்பட்டு நாவுக்குத் தோதான உஷ்ணத்தில் மொரமொரவென்று நாடாவில்லாமல் கிடந்தது அம்மாவின் பாவாடை. அந்த மாடு கடிகார முள் சுழலும் திசையில் சுழன்று எட்டி ஒரு வாய் வைத்தது. கரையோரப் பகுதிகளை முடித்துவிட்டு தொடைப்பகுதியை தொடும்போதுதான் அம்மா கண்டார். மெய்யெழுத்துக்கள் அனைத்தையும் உதறிவிட்டு உயிர்எழுத்துக்களான ஒரு ஒலியை அப்போது அவர் கண்டம் எழுப்பியது. மூச்சுத் தெளிந்தபோது "ஐயோ என்ர பாவாடை" என்று பாய்ந்து வந்து உருவினாள். மாடு விடவில்லை. அம்மா இழுக்க அதுவும் இழுத்தது. இழுத்தபடியே படலையை நோக்கி ஓடியது. அம்மா முழங்கால் அரைய இழுபட்டாள். படலையைக் கடக்கும்போது மாடு பாவாடையைப் போட்டுவிட்டது. பாவாடையை நிலத்திலே பரப்பியபடி அம்மா குந்தியிருந்தாள். தொடையும் தொடை சார்ந்த பகுதிகளிலும் ஒரு குழந்தை புகுந்து போகும் அளவுக்கு ஒரு பெரிய ஓட்டை. வெகு நேரம் அதையே பார்த்தபடி இருந்தாள். அவளது வாய் 'தூமையன் தூமையன்' என்ற சொல்லி முணுமுணுத்தது. கண்ணிலிருந்து உருண்டு இறங்கிய ஒரு கண்ணீர் கீழே போகத் தைரியமின்றி கன்னத்தின் நடுவிலேயே நின்றுவிட்டது."

எதை ஒரு மோசமான வசவென்று சொல்லித் தன்னுடைய மகனைப் பூவரசங் கிளையை ஒடித்து அடித்தாரோ, அதே சொல்லை அந்த அம்மாவே சொல்கிறார். இது அம்மாவுக்கு ஏற்பட்டிருக்கிற மிகப்பெரிய இழப்பு. மறுபடியும் இரண்டாவது பாவாடையை அம்மாவால் வாங்கவே முடியாது. அவர்

வாழ்க்கைப்பட்டிருக்கிற குடும்பம் அப்படி. தன்னுடைய மதிப்பீட்டில் தரம் தாழ்ந்த ஒரு சொல்லை அம்மாவே சொல்கிறார். அவரது இழப்பின் வலி வாசகரை வந்தடைகிறது. கதைக் களனும், சம்பவங்களும், அம்மா–பையனின் பிணைப்பும் உள்மன அவசங்களும் நேர்த்தியாகச் சொல்லப்பட்டிருப்பதால், கதை நம்பகத்தன்மை பெறுகிறது.

இந்தக் கதை நெடுகிலும், இந்தக் கதை என்றில்லை அவருடைய எல்லாக் கதைகளிலும், அற்புதமான உவமைகள் வருகின்றன. இந்த உவமைகள் எல்லாம் இதற்கு முன்னால் நாம் கேட்டிராத உவமைகளாக இருக்கும். “தனியாக எடுத்து வைத்த சாமிப்படையல்போல அம்மா சிரிப்பார்கள்” என்று ஒரு வரி. படையல் போடும்போது சாமிக்கு என்று தனியாக எடுத்து வைப்பார்கள். ஒரு கிராமத்துப் பையன் பார்வையில் விரியும் கதையில் அவனது வாழ்விலிருந்துதானே உவமைகள் வர முடியும்? இந்தப் பையன் பக்கத்து வீட்டுப் பையனைத் தூமையன் என்று சொன்னதும் அம்மா வந்து சேர்கிறார். எப்படி வருகிறார்? “கலீவரின் பயணங்களில் வரும் ராட்சதப் பறவைபோல அம்மா எங்கிருந்துதான் பறந்து வந்தாளோ தெரியாது”. அந்த வயசில் அந்தப் பையன் படிக்கக்கூடிய கதையிலிருந்து உதாரணம் அமைகிறது.

இது முதல் வகைக் கதை; அதாவது இலங்கையில் நடக்கிற கதை.

தொடக்கம்

முத்துலிங்கத்தின் இரண்டாவது உலகம், தமிழ்ப் பாத்திரங்கள் கொண்டு செலுத்தும் வெளிநாட்டுக் கதைகள். இதற்கு உதாரணமாக ‘தொடக்கம்’ என்கிற கதையைச் சொல்லலாம் என்று நினைக்கிறேன். ஒரு கட்டிடத்தின் இருபத்தொன்பதாம் மாடியில் தமிழனொருவன் பணியாற்றுகிறான். அவன் வேலை பார்ப்பது ஆலோசனை நிறுவனத்தில். இந்த நிறுவனம் வழங்கிய ஆலோசனைப்படி ஒரு நிறுவனம் வேறொரு நிறுவனத்தில் முதலீடு செய்கிறது. அதில் பெருநட்டம் ஏற்படுகிறது. இப்போது அதைப்பற்றி விவாதிக்க முதலீட்டாளர்கள் வந்திருக்கிறார்கள். அவர்களை நல்லவிதமாகச் சமாதானப்படுத்த வேண்டும். அதற்கு ஒரு கூட்டம் ஏற்பாடு செய்யப்பட்டிருக்கிறது. அந்தக் கூட்டத்தில் பேசுவதற்கான உரையை இவன் தயாரித்துக்கொண்டிருக்கிறான். பேச வேண்டியவற்றுக்கான எல்லாக் குறிப்புகளையும் எழுதி வைத்துவிட்டான். அதற்கு முன்னுரை வேண்டும். ஒரு தொடக்கம்.

ஆனால் அவனால் ஒரு சரியான தொடக்கவுரையை எழுத முடியவில்லை.

கூட்டத்திற்குப் பெரும் முதலீட்டாளர்கள் வரப்போகிறார்கள். அவர்களைப் பற்றியும் சொல்கிறார். அலிசாம் பின் ஒஸ்மான் என்று ஒருவர். 'இவரது கேள்விகளில் பள்ளம் இருக்கும். விழுந்துவிடாமல் சமாளிக்க வேண்டும்'. இன்னொருத்தர் மீசேல் பூனே, வயோதிகர். இந்த இடத்தில் இடம்பெறும் இன்னொரு உவமையைப் பாருங்கள். உருளைக்கிழங்குகளை எடுத்துவிட்ட உருளைக்கிழங்குச் சாக்குபோல அவரது உடல் சுருங்யிருக்குமாம். ஒட்டகச்சிவிங்கி இரை மீட்பதுபோல மிகவும் நிதானமாகவும் ஆறுதலாகவும் பேசுவாராம். இன்னொரு அம்மையார், பெயர் குளோரியா பாண்ஸ். அவர் பெரிய யாக்கைக்கு உடமையானவர் என்கிறார். 'யாக்கை' போன்ற சில அற்புதமான வார்த்தைகள் முத்துலிங்கத்தின் கதைகளில் இடம் பெறும். வேறொரு இடத்தில் முத்துலிங்கம் எழுதியிருப்பார் "ஒரு வார்த்தை என்று ஒன்று இருந்தால் அதைப் பயன்படுத்தியாக வேண்டும். இல்லையென்றால் எதற்காக அந்த வார்த்தை இருக்கிறது?"

அப்படி இந்தக் கதையில் இடம்பெறும் ஒரு வார்த்தைதான் மௌடீகம். தமிழில் அதிகம் பயன்படுத்தப்படாத சொல். அறியாமை, *ignorance* என்று பொருள் தரும் சொல். இந்த மாதிரிக் நிறுவனங்களில் யார் பணம் போடுவார்கள்? அறியாதவர்கள்தான் போடுவார்கள். அது ஏமாற்று நிறுவனம். மக்களுக்கு மௌடீகம் இருக்கிறது. அதனால் இந்த மாதிரி நிறுவனங்களில் பணம் போடுகிறார்கள். கதையில் இடம்பெறும் இன்னொரு வார்த்தை முன்னாலே சொன்ன யாக்கை. "அவர் பெரிய யாக்கைக்குச் சொந்தமானவர்." அந்த அம்மையாரைப் பார்க்கும்போதெல்லாம் கதைசொல்லிக்கு யாப்பெருங்கலக்காரிகை ஞாபகத்துக்கு வருகிறது. ஏன் இப்படியான சொற்களைப் பயன்படுத்துகிறார்?

நாயகனுக்குப் பழந்தமிழ் இலக்கியத்தில் ஈடுபாடு இருக்கிறது. தன்னுடைய முன்னுரையை எழுதுவதற்கு 'நான் பாயிரம் எழுத உட்கார்ந்தேன்' என்று சொல்கிறான். பாயிரம் என்ற சொல்லை யாரால் பயன்படுத்த முடியும்? அந்தச் சொல்லின் பயன்பாட்டிற்கு வாசகரைத் தயாரிக்கும் பொருட்டுத்தான் பழந்தமிழ்ச் சொற்கள் சிலவற்றை முத்துலிங்கம் பயன்படுத்துகிறார். அப்படித்தான் நினைக்கிறேன். இவன் பாயிரம் எழுதிக்கொண்டிருக்கிறான். முடியவில்லை.

அப்போது இருபத்தொன்பதாவது மாடியிலிருக்கும் ஜன்னலைச் சாத்துகிறான். இவன் பார்த்துக்கொண்டிருக்கும்

போதே ஒரு பறவை ஐம்பது மைல் வேகத்தில் வந்து அந்த ஜன்னல் கதவில் மோதி விழுந்துவிடுகிறது. கதவைத் திறந்து பார்க்கிறான். அது கிட்டத்தட்ட உயிரை விட்டுவிட்டது. இப்போது கூட்டத்துக்கு எல்லோரும் தயாராக இருக்கிறார்கள். அவனுடைய செயலாளர் அவசரப்படுத்துகிறாள். இல்லை, இந்தப் பறவையை இப்படியே விட்டுவிட்டு வர முடியாது. கீழே போய் அடக்கம் செய்கிறான். அப்போதுதான் கவனிக்கிறான். அதன் நீல நிறக் கால்களில் ஒரு அலுமினிய வளையம் இருக்கிறது. அதில் மாஸ்கோ பறவை மையம், Z453891 என்று பொறித்திருக்கிறது. இணையத்தில் தேடினால் அது என்ன பறவை, எங்கேயிருந்து வந்தது போன்ற விவரங்கள் கிடைக்கின்றன. இந்தப் பறவை இந்த இடத்தில் இன்ன நேரம் இறந்து போய்விட்டது என்று ஒரு குறிப்பு எழுதி அதை மாஸ்கோ பறவை மையத்துக்கு அனுப்பிவிடுமாறு தனது செயலாளரைக் கேட்டுக்கொள்கிறான். இன்னும் அவன் தனது முன்னுரையைத் தயாரித்த பாடில்லை. இவன் கூட்டத்திற்குப் போகிறான். இனி முத்துலிங்கத்தின் வார்த்தைகளில் கதையின் கடைசிப் பகுதியைக் கேட்கலாம்.

"என்னைக் கண்டதும் அங்கிருந்தோர் தங்கள் அதிருப்தியைத் தங்கள் தங்கள் தகுதிக்கு ஏற்றவாறு தெரியப்படுத்தினர். சில நாற்காலிகள் நகர்ந்தன. சிலர் அசைந்து கொடுத்தனர். பலர் குடித்த காப்பிக் கோப்பைகள் மேசையில் ஆடின. சிகரெட் பிடிக்கக் கூடாதென்ற அறிவித்தலையும் மீறி யாரோ புகைத்திருந்தார்கள். அந்த மணம் அறையிலே சூழ்ந்திருந்தது. என் தாமதத்திற்கு மன்னிப்புக் கேட்பேன் என்று சிலர் எதிர்பார்த்திருந்தார்கள். 'சீமாட்டிகளே, சீமான்களே' என்று வழக்கமான சம்பிரதாயத்துடன் பேச்சை ஆரம்பிப்பேன் என்று சிலர் நினைத்தனர். இன்னும் சிலர் காலை வணக்கம் கூறுவேன் என்று காத்திருந்தார்கள். மாறாக நான் ஒன்றும் செய்யவில்லை. பேச்சுமேடையில் அஞ்சலி செலுத்துவதுபோல அசையாமல் நின்றேன். விரித்த சிறகுடன் வேகமாக வந்து கண்ணாடியில் மோதி இறந்துபோன அந்தப் பறவையே எனது ஞாபகத்திற்கு வந்தது. என் உரையைத் தொடங்கினேன்."

"ஒரு பறவை இன்று வழிமாறி வந்துவிட்டது. சில நிமிடங்கள் முன்பு வெளி என்று நினைத்து எனது ஜன்னல் கண்ணாடியில் ஐம்பது மைல் வேகத்தில் வந்து மோதியது. தட்சணமே உயிர் பிரிந்துவிட்டது. அதை இப்போதுதான் அடக்கம் செய்துவிட்டு வருகிறேன். வளைந்த மூக்கும் வெள்ளைத் தலையும் கொண்ட பறவை. சாம்பல் நிறமான செட்டைகள் யாரையும் வசீகரிக்கும். இந்தக் கைகளில் விரிந்து அனாதரவாகக் கிடந்தது. அதன் உடம்புச் சூடு ஆறும் முன்னரே அது அடக்கம் செய்யப்பட்டு

இது முத்துலிங்கத்தின் நேரம்

விட்டது. இந்தப் பறவையை செக்கர் பால்க்கான்*(Saker Falcon)* என்பார்கள். ருஸ்யாவின் வடகிழக்கு மூலையிலிருந்து குளிர்கால ஆரம்பத்தில் இது புலம்பெயரும். தெற்கு ஆப்பிரிக்கா வரைக்கும் பறந்து வந்து வசந்தம் வரும் வேளைகளில் திரும்பிவிடும். ஐயாயிரம் மைல்கள் இதற்கு ஒரு பொருட்டல்ல. சூரியனையும் நட்சத்திரங்களையும் வைத்து இது திசையறிந்து செல்லும். சரி கணக்காக வந்து சரி கணக்காகத் திரும்பிவிடும். அப்படிப்பட்ட வல்லமை படைத்த ஒரு பறவை இன்று ஒரு சிறிய தவறு செய்தது. திரும்ப வேண்டிய ஒரு சிறு திருப்பத்தில் திரும்ப மறந்துவிட்டது. அதனால் அது இறக்க நேரிட்டது. இனி அது தனக்குச் சொந்தமான ருஸ்ய நாட்டின் வடபகுதிக்குத் திரும்பவே போவதில்லை".

"தொடக்க உரையை முடித்துவிட்டு அறிக்கையைக் கையில் எடுத்தேன். சபையோரின் முகங்களைப் பார்த்தேன். அந்த முகங்களை மறைத்த இருள் விலகுவது போலப்பட்டது. நான் என்ன சொல்ல வருகிறேன் என்பது விளங்கியதுபோலவும் இருந்தது. நான் என்னுடைய உரையை இனிமேல் படிக்க வேண்டிய அவசியமே இல்லை. அப்படித்தான் நினைக்கிறேன்" என்று அந்தக் கதையை முடிக்கிறார்.

ஆரம்பத்தில் நல்ல கதைகளின் குணங்களைப் பற்றிச் சொல்கிறபோது, கதை ஒரே இலக்கை நோக்கிப் பயணிக்க வேண்டும் என்று பார்த்தோம். இந்தக் கதையில் வரும் செக்கர் பால்க்கான் என்கிற பறவை தனது இலக்கை நோக்கிச் சரி கணக்காகப் போகக்கூடியது. இந்தக் கதையும் அப்படித்தான். கதையினுடைய தலைப்பு – தொடக்கம். நாயகன் தன்னுடைய பேச்சை எப்படித் தொடங்கப்போகிறான் என்று கதை ஆரம்பிக்கிறது. அந்தத் தொடக்கம் கதையின் முடிவில் வருகிறது. அந்தத் தொடக்கத்துக்கான விஷயங்கள் மட்டுந்தான் கதையில் இடம்பெறுகின்றன. கதை எங்கும் தடம் புரளவில்லை. இந்தக் கதை மிகவும் கட்டுச் செட்டானது. நீங்கள் எங்கேயுமே இரண்டு வரிகளை உருவிட முடியாது. இது எளிமையான கதைதான். வார்த்தைகள் முறுக்கிக்கொண்டு ஜாலவித்தை எதுவும் செய்வதில்லை. ஆனால் இதை எழுதிய எழுத்தாளன் எவ்வளவு சிரமமும் கவனமும் எடுத்துக்கொண்டு இதைச் செய்திருக்கிறான் என்பது அடுத்தடுத்துப் படிக்கிறபோது தெரிகிறது. அப்போது மணற்கேணி போலப் புதிய புதிய பொருள்கள் ஊறிவரும். ஒரு கணக்கில் பார்த்தால் அது புலம்பெயர்ந்த பறவை, அந்நிய மண்ணில் மரித்துப்போகும் அகதிப் பறவை. இன்னொரு பார்வையில் மற்ற உயிரினங்களைப் பற்றியும் சுற்றுச் சூழல் அக்கறையைப் பற்றியும் கலாபூர்வமாகச் சொல்லுகிற கதை.

நெருக்கடிகளை எதிர்கொள்வதற்கான ஆயுதங்களை வாழ்க்கை சில சமயம் நம் கையில் கொண்டுவந்து தரும் என்பதாகவும் இந்தக் கதையை வாசிக்கலாம்.

நாளை

முத்துலிங்கத்தின் மூன்றாவது உலகம் வெளிநாட்டுக் கதாபாத்திரங்கள் மட்டுமே இடம்பெறுகிற வெளிநாட்டுக் கதைகளில் இருக்கிறது. தமிழில் அதிகம் பேர் பிரவேசித்திராத வெளி இது. இதற்கு உதாரணமாக 'நாளை' என்கிற கதையைச் சொல்லலாம் என்று நினைக்கிறேன்.

ஓர் அகதி முகாம். அந்த நாடு அந்நிய ராணுவத்தின் பிடியில் இருக்க வேண்டும். ஓர் அண்ணனும் தம்பியும் ஒவ்வொரு முகாமாகப் போய் வரிசையில் நின்று உணவு வாங்குகிறார்கள். தம்பிக்கு ஆறு வயதிருக்கலாம். அண்ணனுக்குப் பதினொரு வயதிருக்கலாம். பெயரெல்லாம் கிடையாது. பெரியவன், சின்னவன். மேலும் கதை நடக்கிற இடம், அவர்களை ஆக்கிரமித்திருக்கிற நாடு, அவர்கள் பேசுகிற மொழி, கதை நடைபெறும் காலம் என்று ஏதொன்றும் சொல்லப்படவில்லை. எல்லைக் கோடுகளை மீறிய ஒரு சர்வதேசியப் பிரச்சனையைச் சொல்லுவதற்கு இந்த அடையாளங்களைத் துறப்பதே நல்ல வழி என்று முத்துலிங்கம் கருதியிருக்கலாம்.

இந்தக் கதையும் பதினோரு வயதுப் பையனுடைய பார்வையில் சொல்லப்படுகின்ற கதைதான். பையனின் வயதுக்கு மீறிய எதுவும் கதையில் இடம் பெறுவதில்லை. பையன்களுடைய பெற்றோர்கரைப் பற்றி நேரடி விவரணை இல்லை. அவர்கள் யுத்ததத்தில் இறந்துபோயிருக்க வேண்டும். இவர்களுக்குக் கிடைக்கிற சூப்பில் இறைச்சி இருப்பதில்லை. இதற்காக ஐந்து மைல் தூரத்திலிருக்கிற இன்னொரு முகாமுக்குப் போகிறார்கள். கூட்டத்தில் சின்னவன் காணாமல் போகிறான். பிற்பாடு கண்ணீரோடு அண்ணனிடம் வந்து சேர்ந்துகொள்கிறான். அகதிகளுக்கு அடையாள அட்டை உண்டு. இந்தப் பையன்களிடம் இருக்கிற அகதி அட்டை இவர்கள் புதிதாகப் போன முகாமில் செல்லாது. அதையும் மீறி அவர்கள் அங்கு வழங்கப்படுகிற ரொட்டியையும் சூப்பையும் வாங்குகிறார்கள். அன்றைக்கும் அவர்களுக்கு இறைச்சி கிடைக்கவில்லை. சின்னவனுக்குத் தாங்க முடியாத ஏமாற்றம். அவர்கள் ஒண்டியிருக்கிற காராஜிற்குத் திரும்புகிறார்கள்.

"பெரியவன் பெட்டியின் விளிம்பில் சாய்ந்தபடி இருந்தான். சின்னவன் தூங்கிவிட்டான்போலும். திடீரென்று அவன் எழும்பி

அனுங்கியபடி ஊர்ந்து ஊர்ந்து வந்தான். அண்ணனைக் கட்டிக் கொண்டான். 'அண்ணா அண்ணா, நீ என்னை விட்டுப் போக மாட்டியே, போக மாட்டியே!' என்றழுதான். பெரியவன் அவனை இறுக்க அணைத்தான். 'இல்லை, என்கூடப் பிறந்தவனே, நான் உன்னைவிட்டு ஒருநாளும் போக மாட்டேன்' என்றான். அந்தக் குரலில் இருந்த உறுதி சின்னவனுக்கு நம்பிக்கை தருவதாக இருந்தது."

'பெரியவன் அப்படியே வெகுநேரம் தூங்காமல் இருந்தான். அடுத்த நாளுக்கு வேண்டிய ஆலோசனைகள் அவனுக்கு நிறைய இருந்தன. நாளைக்கு கஞ்ச் முகாமுக்குப் போகலாம் என்று தீர்மானித்தான். அது பெரிய முகாம். பத்து மைல் தூரத்தில் இருந்தது. அங்கு கட்டாயம் இறைச்சி கிடைக்கும். அப்படித்தான் அவன் கேள்விப்பட்டிருந்தான்' என்று கதையை முடிக்கிறார் முத்துலிங்கம்.

இந்தக் கதை பச்சாபத்தைத் கோருகிற மொழியில் எழுதப்படவில்லை. துயரம் மிகுந்த இந்தக் கதை பெரிய எதிர்பார்ப்புகள் இல்லாத சிறுவர்களின் மொழியில் விரிகிறது. இந்த உள்ளடங்கிய வெளிப்பாடுதான் வாசகரை அதிகம் வேதனைப்படுத்துகிறது. கதையின் தலைப்பு 'நாளை'. நேரடியான பொருளில் அடுத்த நாள். யோசிக்கையில் அதன் பொருள் விரியும். அதற்கான ஒரு வெளியை வாசகனுக்கு அவர் வைத்திருக்கிறார்.

மேற்சொன்ன மூன்று கதைகளும் 'மகராஜாவின் ரயில் வண்டி' (காலச்சுவடு, 2001) நூலில் இடம் பெற்றிருகின்றன.

புனைவு மொழிக் கட்டுரைகள்

முத்துலிங்கத்தின் கதைகளைப் பற்றிப் பேசுகிறபோது அவரது கட்டுரைகளைப் பற்றிப் பேசாமல் தீராது. ஒரு நல்ல சிறுகதை கட்டுரையிலிருந்து வேறுபட்ட ஒரு மொழியில், புனைவுகளுக்கான மொழியில் இருக்கவேண்டும் என்று பார்த்தோம். ஆனால் இந்த விதியைக் கொண்டு முத்துலிங்கத்தின் கதைகளை அளக்க வேண்டியதில்லை. ஏனென்றால் அவர் சில அடிகள் மேலே பாய்ந்து கதைகளுக்கான புனைவு மொழியை எடுத்துக்கொண்டு போய் கட்டுரைகள் எழுதிவிடுகிறார். அப்போது அவர் கட்டுரைக்கு மேல் கட்டுரை என்று போட்டால் அது கட்டுரையாக இருக்கும். மாறாகச் சிறுகதை என்று போட்டால் அது சிறுகதையாகி விடும். கட்டுரையைப் புனைவு மொழியில் சொல்லுகின்ற இந்த ரசவாதத்தை வெகு அலட்சியமாகக் கடந்த சில ஆண்டுகளாகச் செய்துகொண்டிருக்கிறார்.

சமீபத்தில் அவரது இணையதளத்தில ஒலிம்பிக்ஸ் நடப்பதற்கு முன்னால் "நாடற்றவன்" என்றொரு குறிப்பை எழுதியிருக்கிறார்[1]. குவோர் மாரியல் தெற்கு சூடானைச் சேர்ந்தவன். 12 ஆண்டுகளாக அமெரிக்காவில் அகதியாக வாழ்பவன். தீவிரமான மாரத்தன் ஓட்டக்காரன். ஆனாலும் லண்டன் ஒலிம்பிக்கில் அவன் ஓட முடியாது என்று கூறி விட்டார்கள். ஏனென்றால் அவன் நாடற்றவன். தெற்கு சூடான் சமீபத்தில்தான் சுதந்திரம் அடைந்தது. ஆனால் அதனிடம் ஒலிம்பிக் குழு இல்லை. எல்லா நாட்டு வீரர்களும் தத்தமது நாட்டின் கொடிகளை ஏந்திக்கொண்டு ஊர்வலம் வருவார்கள். அந்த நாடுகள்தான் ஒலிம்பிக்கில் பங்கெடுக்க முடியும். அதுதான் சம்பிரதாயம். யாரும் அதை மீற முடியாது. தெய்வமேயானுலும் ஐதீகத்தில்தான் வாழ்ந்தாக வேண்டும். வடக்கு சூடானின் அதிபர் தங்கள் அணியில் ஓடுமாறு அவனை அழைக்கிறார். சூடானுக்கும் விடுதலை கோரும் தெற்கு சூடானுக்கும் இடையில் நடந்த உள்நாட்டுப் போரில் இவனது எட்டுச் சகோதரர்கள் கொல்லப்பட்டிருக்கிறார்கள். சூடான் அதிபரைச் சர்வதேசக் குற்றவியல் நீதிமன்றம் போர்க்குற்றவாளி என்று அறிவித்திருக்கிறது. அப்படிப்பட்டவர், இவனுடைய எட்டுச் சகோதரர்களைக் கொன்ற அரசாங்கத்தினுடைய தலைவர், 'நீ என்னுடைய அணியில் வந்து ஓடு' என்று அழைக்கிறார். இவனால் அதை நினைத்துக்கூடப் பார்க்க முடியாது. மறுத்து விடுகிறான். விளையாட்டு ஆர்வலர்கள் ஒரு கையெழுத்து இயக்கம் நடத்துகிறார்கள். கடைசியாக ஒலிம்பிக் அமைப்பிற்கு ஒரு கொடி இருக்கிறதல்வா, அதை ஏந்திக்கொண்டு இவன் போகட்டும், அதன் சார்பாக இவன் ஓடட்டும் என்று சொல்லி விடுகிறார்கள்.

முத்துலிங்கம் சூடானில் வேலை பார்த்தவர். அந்த அனுபவங்களைச் சொல்கிறார். அவரது அலுவலகத்தில் எல்லோரும் வடக்கு சூடானைச் சேர்ந்தவர்கள். மாலோங் என்பவன் மட்டும் தெற்கு சூடானைச் சேர்ந்தவன். அது உள்நாட்டுப் போர் மூண்டிருந்த காலம். அதனால் அவனுடன் ஒருவரும் பேசுவதில்லை. அலுவலகப் பணியாளர்கள் வரும் பேருந்தில் அவன் ஏற முடியாது. அலுவலக உணவு மேசையில் அமர முடியாது. முத்துலிங்கத்திடம் அவருடைய காரியதரிசி, 'மாலோங் ஒரு விலங்கு' என்கிறாள். அவன் ஒருநாள் திடீரென்று காணாமல் போய்விடுகிறான். எப்படிப் போனான், யார் விரட்டியது என்றெல்லாம் தெரியவே இல்லை. அந்த நாட்குறிப்பை அல்லது கட்டுரையை இவர் இப்படி முடிக்கிறார்:

---

1. கடவுளுக்கு வேலை செய்பவர் (காலச்சுவடு, 2022) தொகுப்பில் படிக்கலாம்

“இந்த மாரத்தன் ஓட்டக்காரன் ஓடுவதை பார்க்கும்போது சுதந்திரமடைந்த தெற்கு சூடான் மக்களை நினைத்துக் கொள்வேன். என்னுடன் வேலைசெய்து பாதியிலே வேலையைத் துறந்து எனக்குச் சொல்லாமலே ஓடிப்போன மாலோங்கை நினைத்துக்கொள்வேன். சூடான் உள்நாட்டுப் போரிலே மடிந்த 1.5 மில்லியன் மக்களை நினைத்துக்கொள்வேன். போரிலே அநியாயமாகக் கொல்லப்பட்ட மாரியலின் சகோதர்கள் எட்டுப் பேரையும் நினைத்துக்கொள்வேன். என் கண்கள் மாரியலின் ஓட்டத்தை மட்டுமே பார்க்கும். அவன் முதலாவதாக வந்தாலும் சரி, கடைசியாக வந்தாலும் சரி, 2012 ஒலிம்பிக் மாரத்தன் ஓட்டவீரன் அவன்தான். நாடற்றவன்.”

இது ஒலிம்பிக் சம்பந்தப்பட்ட கட்டுரை. ஒரு ஓட்டக்காரனைப் பற்றிய கட்டுரை. ஆனால் இது பெரிய அரசியல் கட்டுரை. இதில் எந்த இடத்திலாவது இலங்கை என்றொரு வார்த்தையை, ஈழம் என்றொரு வார்த்தையை அவர் சொல்லுவார் என்று வாசித்துக் கொண்டே வருகிறேன். ஆனால் இந்த மனிதரைப் பாருங்கள்; எவ்வளவு கட்டுப்பாடு! கடைசிவரை சொல்ல வில்லை. ஆனால் கட்டுரையின் ஒவ்வொரு வரியிலேயும் நாம் ஈழத்தை நினைத்துக்கொள்கிறோம். இந்தக் கட்டுரை நாடற்றவர்களின் வலியையும் வேதனையையும் உணரவைக்கிறது.

ஆக முத்துலிங்கம் சிறுகதை எழுதுகிறார், கட்டுரை எழுதுகிறார், நாவல் எழுதுகிறார், நாட்குறிப்பு எழுதுகிறார். எல்லாவற்றிலும் அவர் புனைவு மொழியை லாவகமாகக் கையாள்கிறார் என்று பார்த்தோம். நான் இறுதியாக ஒரு செய்தியைச் சொல்லி முடித்துக் கொள்கிறேன். நான் போன மாதம் மதுரைக்குப் போயிருந்தேன். அங்கே இந்தியப் பார்வையற்றோர் கழகம் *(Indian Association of Blind–IAB)* என்கிற அமைப்பு பார்வையற்றவர்களுக்காக ஒரு பள்ளியை நடத்திவருகிறது. அங்கே புதிதாக ஒரு கட்டிடம் திறக்கப்படது. ஹாங்காங்கில் உள்ள *Help the Blind Foundation* என்கிற அமைப்பு அதற்கு உதவி செய்திருந்தது. அந்தத் தொடர்பில் நான் அந்த நிகழ்ச்சியில் பேசுமாறு அழைக்கப்பட்டேன். நான் பேசும்போது எனக்கு முத்துலிங்கம்தான் ஞாபகத்துக்கு வந்தார். அவர் பார்வையற்றவர்களுடைய உணவகம் ஒன்றுக்குப் போனதைப் பற்றி ஒரு கட்டுரை எழுதியிருக்கிறார். அவரது பார்வையற்ற நண்பர் ஒருவர்தான் அவரை அங்கு கூட்டிக்கொண்டு போகிறார். அந்த உணவகத்தில் பரிசாரகர்கள் எல்லாம் பார்வையற்றவர்கள். சமையல்காரர்கள் எல்லாம் பார்வையற்றவர்கள். அதைவிட முக்கியமானது என்னவென்றால் அந்த உணவகத்திலே இருக்கின்ற

போசன சாலையின் கதவுகள், ஜன்னல்கள், திரைச்சீலைகள் எல்லாம் மூடப்பட்டிருக்கும். விளக்குகள் அணைக்கப்பட்டிருக்கும். இருட்டில் தடவித் தடவிப் பரிசாரகர்கள் உதவியுடன் உள்ளே போய் அமர்ந்துகொள்கிறார். சுற்றிலும் இருட்டு. அவர் கையே அவருக்குத் தெரிவதில்லை. இந்த இடத்தில் முத்துலிங்கம் சொல்வதைக் கேளுங்கள்:

"எங்களைச் சுற்றித் தடவிப் பார்த்தோம். முன்னுக்கு மேசை, மேசை மேலே பிளேட், கரண்டி, முள்ளுக்கரண்டி, கத்தி, நாப்கின் போன்றவற்றை ஊகிக்கக்கூடியதாக இருந்தது. நிறைய ஆட்கள் அடுத்தடுத்த மேசைகளில் உட்கார்ந்து சாப்பிடும் சத்தம் கேட்டது. கரண்டி பல்லில் படும் ஒலி, கோப்பையில் கத்தி உரசும் ஒலி, அடிக்கடி எழும் சிரிப்பு அலை, கிளாஸ்கள் எழுப்பும் ணங் சத்தம், பரிசாரகர்கள் நடமாடும் ஒலி, உறிஞ்சும் ஒலி... "

என்ன நடக்கிறது? முத்துலிங்கத்தால் பார்க்க முடியவில்லை. முதலில் அவரது தொட்டுணரும் புலன் கூர்மையடைகிறது, அடுத்தது செவிப்புலன், பிறகு நாசி. அதாவது ஒரு புலனில் குறைவு ஏற்படும்போது மற்ற புலன்கள் எல்லாம் சிறப்பாகச் செயல்படுகின்றன. அதனால்தான் அப்படியானவர்களை *differently abled* என்றோ மாற்றுத் தினாளிகள் என்றோ சொல்கிறோம். இதை முத்துலிங்கம் நேரடியாகச் சொல்லவில்லை. இது ஒரு கட்டுரைதானே, நேரடியாகச் சொல்லியிருக்கலாம். ஆனால் அவர் சொல்லவில்லை. அதுதான் கட்டுப்பாடு. அதே நேரத்தில் அந்தச் செய்தி வாசகனைப் போய்ச் சேரவும் செய்கிறது. அதுதான் அவரது எழுத்தின் வலிமை. இதை நான் மதுரையில் குறிப்பிட்டேன், ஒரு புலனில் குறைபாடு ஏற்பட்டால் மற்ற புலன்கள் அந்த இழப்பை ஈடுகட்டும் விதமாகச் செயல்படுகின்றன என்பதைத்தான் முத்துலிங்கம் சொல்ல வருகிறார் என்று குறிப்பிட்டேன். அந்தச் சிறுவர்களெல்லாம் மிகவும் மகிழ்ச்சி அடைந்தார்கள்.

முத்துலிங்கம் தனது படைப்புகளின் வழியாக நேராகச் சொல்லுவதைவிட வாசகரை வைத்து நிரப்பிக்கொள்ளச் சொல்லும் இடங்கள் மிக அதிகம். அவர் கதைகளில் மட்டுமல்ல புனைவு மொழியில் எழுதப்படும் அவரது கட்டுரைகளிலும் இதைப் பார்க்கலாம. கதைகளைப் போலவே கட்டுரைகளிலும் அவர் மூன்று உலகங்களில் சஞ்சரிக்கிறார்.

என்னை விட்டால் முத்துலிங்கத்தைப் பற்றி இன்று முழுவதும் பேசிக்கொண்டேயிருப்பேன். நேரமில்லை. முத்துலிங்கத்தினுடைய படைப்புக்களைப் பற்றி உங்களிடத்தில்

பகிர்ந்துகொள்ள ஒரு வாய்ப்பைத் தந்த தில்லிகைக்கும், செவிமடுத்த உங்கள் அனைவருக்கும் மனமார்ந்த நன்றிகளைச் சொல்லி விடைபெறுகிறேன். நன்றி.

2012 செப்டம்பர் 8 அன்று தில்லி இலக்கிய வட்டமான 'தில்லிகை'யின் கூட்டத்தில் ஆற்றிய உரையின் எழுத்து வடிவம்

ஒலியிலிருந்து எழுத்து –மயூ மனோ

'அ. முத்துலிங்கத்தின் மூன்று உலகங்கள்'
(நற்றிணைப் பதிப்பகம், 2014); காலம், நவம்பர் 2015; *சொல்வனம்.காம்*, 7.2.2017

11

கடவுளிடம் போக முடியாதவர்களின் கதைகள்

அ. முத்துலிங்கம் எழுதியிருக்கும் இந்த மதிப்புரை பெறுமதி மிக்கது. அது இந்த நூலையும் அதன் ஆசிரியரையும் கண்ணியப்படுத்துகிறது. இந்த நூலைத் தேடிக் கண்டடைந்து நம்மை வாசிக்கத் தூண்டுகிறது. இது தெய்வீகன் எழுதிய சிறுகதைகளின் தொகுப்பு. 'உன் கடவுளிடம் போ' என்பது தலைப்பு. பொதுவாக சிறுகதைத் தொகுப்புகளுக்கு நூலின் உள்ளே இருக்கும் கதை ஒன்றின் தலைப்பே சூட்டப்படும். இந்த நூலில் அந்த வழமை மீறப்பட்டிருக்கிறது. முத்துலிங்கத்தின் மதிப்புரையைப் படித்ததும் தெய்வீகன் ஏன் இப்படியொரு தலைப்பைச் சூட்டியிருக்கக்கூடும் என்று யோசித்தேன்.

இந்தச் சின்ன மதிப்புரையில் முத்துலிங்கம் நூலிலிருந்து மூன்று கதைகளைக் குறுகத் தரித்து வழங்குகிறார். ஆறுமுகசாமியின் கதை கும்பளையில் தொடங்குகிறது. கார்த்திகேசுவின் கதை உரும்பிராயிலும் நளினியின் கதை இலங்கையின் ஏதோ ஒரு கிராமத்திலும் தொடங்குகின்றன. மூன்று கதைகளும் ஆஸ்திரேலியாவில் முடிகின்றன. எல்லாக் கதைகளுக்கும் ஒரு சம்பிரதாய முடிவு வேண்டும்தானே? ஆகவே முடிகின்றன. ஆனால் அவர்களின் தேடல் முடிந்ததா? அவர்களுக்கு ஒரு நாடு வேண்டும். அவர்களுக்குத் தங்களின் கடவுள் வேண்டும். அவர்கள் கேட்கிறார்கள். அதற்கு

ஆஸ்திரேலியா பதில் சொல்வதாக நான் வரித்துக் கொள்கிறேன். அதுதான் நூலின் தலைப்பு – 'உன் கடவுளிடம் போ'.

இந்த மதிப்புரை எனக்கு முத்துலிங்கம் எழுதிய இன்னொரு மதிப்புரையை நினைவூட்டியது – சி. புஸ்பராஜா (1949–2006) எழுதிய 'ஈழப் போராட்டத்தில் எனது சாட்சியம்' (அடையாளம் பதிப்பகம், 2003). அந்த மதிப்புரை புஸ்பராஜாவின் அஞ்சலிக் குறிப்பாகவும் அமைந்துவிட்டது. அந்தக் கட்டுரையின் தலைப்பு 'சொந்த நாட்டுக்குப் போ'. மரணம் முன் வாசல் வழியாக புஸ்பராஜாவை நெருங்கிக்கொண்டிருந்தது. ஆனால் அவர் எழுத வேண்டியவை பாக்கி இருந்தது. ஆகவே அவர் தனது மரணத்தை ஒத்திவைக்க விரும்பினார். பிரான்சிலிருந்து சென்னைக்குப் போனார். அவரைப் பரிசோதித்த மருத்துவர்கள் 'ஒன்றுமே செய்ய முடியாது. உங்கள் சொந்த நாட்டுக்குப் போங்கள்' என்று சொல்லிவிட்டார்கள். 56 வருடங்களாகச் சொந்த நாடு ஒன்றைத்தானே அவர் தேடித் திரிந்தார்? அவர் மறுபடியும் பிரான்சுக்கு வந்தார். அங்கேயே உயிரைவிட்டார். புஸ்பராஜாவால் அவரது கடவுளிடம் கடைசிவரை போக முடியவில்லை. நாடற்றவர்களாக வாழும் இலட்சக்கணக்கான ஈழத் தமிழர்களாலும் போக முடியவில்லை. அதைத்தான் புஸ்பராஜா எழுதினார். அதைத்தான் முத்துலிங்கம் எழுதுகிறார். அதைத்தான் தெய்வீகன் எழுதுகிறார்.

முகநூல், 6.9.2022

மு. இராமனாதனின் காலச்சுவடு நூல்கள்

கிழக்கும் மேற்கும்

(பன்னாட்டு அரசியல் கட்டுரைகள்)

மு. இராமனாதன்

ரூ. 290

வெளியுறவு சார்ந்து தமிழுக்குக் கிடைத்திருக்கும் அருமையான நூல் இது. சர்வதேச உறவுகளைத் தமிழ்ப் பார்வை கொண்டு பார்ப்பது இதன் தனித்துவம். இளையோருக்கு, குறிப்பாகக் குடிமைப் பணித் தேர்வு எழுதும் மாணவர்களுக்கு நல்ல வாசிப்புக்கான நூல் என்பதைத் தாண்டி, வழிகாட்டியாகவும் அமையும்.

அணிந்துரையில் **சமஸ்**

சீனாவின் வளர்ச்சியும் வறுமை ஒழிப்பும் முன்னுதாரணம் இல்லாதவை. இவை சீனாவின் ஒரு முகம். யதேச்சதிகாரமும் மேலாதிக்கமும் இன்னொரு முகம். இந்த நூலில் இடம்பெறும் கட்டுரைகள் இந்த இரண்டு முகங்களையும் படம்பிடிக்கின்றன.

ஹாங்காங்கின் சுயாட்சியையும் தைவானின் எழுச்சியையும் கலங்கிக் கிடக்கும் தென் சீனக் கடலையும் வரலாற்றுக்கு முகம்கொடுக்க மறுக்கும் ஜப்பானையும் கிழக்காசியக் கட்டுரைகள் பேசுகின்றன. அகதிகள் ஆக முடியாத ஈழத் தமிழர்களும், எவராலும் கவனிக்கப்படாத பர்மீயத் தமிழர்களும் நூலில் இடம்பெறுகிறார்கள். உக்ரைன் போரின் நதிமூலமும் இந்திய – சீன எல்லைச் சிக்கலும் விரிவாகப் பேசப்படுகின்றன.

ஆஸ்திரேலியாவின் பகல் வெளிச்ச மாற்றமும் அமெரிக்க ஜனநாயகத்தின் போதாமைகளும் டிரம்பிசமும் இன்னும் தமிழில் அதிகம் பேசப்படாத பன்னாட்டுப் பிரச்சினைகள் பலவும் இந்த நூலில் இடம்பெறுகின்றன.

எனது பர்மா குறிப்புகள்

(நினைவுக் குறிப்புகள்)

செ. முஹம்மது யூனூஸ்

தொகுப்பு: **மு. இராமனாதன்**

ரூ. 250

செ. முஹம்மது யூனூஸ் 43 ஆண்டுகளுக்கு முன்னால் பர்மாவிலிருந்து ஹாங்காங்கிற்குப் புலம் பெயர்ந்தவர். அதற்கு முன்னர், அவர் பிறந்து, வளர்ந்து 42 ஆண்டுகள் வாழ்ந்த, 'பர்மியத் திருநாட்'டைப் பற்றி இந்த நூலில் சொல்கிறார். தமிழர்கள் பர்மாவில் செல்வாக்கோடு வாழ்ந்த காலத்தில் தொடங்கு கின்றன இப்பதிவுகள். இரண்டாம் உலகப்போர், ஜப்பானிய ஆக்கிரமிப்பு, நேத்தாஜியின் இந்திய சுதந்திர லீக், பர்மீயர்களின் விடுதலை, ராணுவ ஆட்சி, இந்தியர்கள் நேரிட்ட வாழ்வுரிமைச் சிக்கல்கள் என்று தொடரும் பதிவுகள், கணிசமான இந்தியர்கள் பர்மாவிலிருந்து வெளியேற நேர்ந்ததுவரை நீள்கிறது.

யூனூஸின் குறிப்புகள் பர்மீயத் தமிழர்களின் வாழ்வு, கலாச்சாரம், கலை, இலக்கியம் அனைத்தையும் தொட்டுச் செல்கிறது. தான் வாழ்கிற சமூகத்தைக் குறித்த அக்கறையும், சக மனிதர்கள்மீது எல்லையற்ற நேசமும்கொண்ட யூனூஸின் பதிவுகள், ஒரு காலகட்டத்தின் சமூக வாழ்வையும் வரலாற்றையும் ஒரு சேரச் சொல்லிச் செல்கிறது.

புவியீர்ப்புக் கட்டணம்

(தமிழ் கிளாசிக் சிறுகதைகள்)

அ. முத்துலிங்கம்

தொகுப்பாசிரியர்: **மு. இராமநாதன்**

ரூ. 325

அ. முத்துலிங்கத்தின் கதைகளில் சுவாரசியம் இருக்கிறது. எளிமை இருக்கிறது. நவீனம் இருக்கிறது. அங்கதம் இருக்கிறது. அவரது கதைப் புலங்கள் இலங்கை, இந்தியா, கனடா, அமெரிக்கா, ஆப்கானிஸ்தான், பாகிஸ்தான், சூடான், சோமாலியா, சியாரா லியோன் என்று விரிகின்றன. அவரது கதை வெளியில் புலம்பெயர்ந்தோரின் அலைந்துழல்வும் அடையாளச் சிக்கலும் இருக்கிறது. தமிழ் இருக்கிறது. சர்வதேசியம் இருக்கிறது. உயிரிச் சமநிலை குறித்த அக்கறை இருக்கிறது. அவரது எழுத்துகள் வாசகனைக் கண்ணியப்படுத்துகின்றன. இவை எல்லாவற்றையும்விட முக்கியமாக அவரது கதைகளில் உண்மை இருக்கிறது. இந்த நம்பகத்தன்மை, இந்தத் தொகை நூலில் உள்ள கதைகளை இன்னும் பல ஆண்டுகளுக்கு வாசகர்களின் மனத்திற்கு நெருக்கமாக வைத்திருக்கும்.